ஹோ-சி-மின்

ஒரு போராளியின் கதை

MW01488021

என். ராமகிருஷ்ணன்

ஜனசக்தியில் உதவி நிருபராக இருந்தவர். 1964-68-ம் ஆண்டுகளில் *'தீக்கதிர்'* ஆசிரியர் குழுவில் இருந்திருக்கிறார். புதுடெல்லியில், மார்க்சிஸ்ட் கம்யூனிஸ்ட் கட்சியின் நாடாளுமன்ற அலுவலக முழுநேர ஊழியராகப் பணியாற்றியிருக்கிறார். *'தீக்கதிர்', சி.ஐ.டி.யு.* செய்திக் கட்டுரையாளராகவும், *தீக்கதிர்* நாளேட்டின் விளம்பரப் பொறுப்பாளராகவும் பணிபுரிந்திருக்கிறார். மார்க்சியத்தைத் தொடர்ந்து ஆய்வு செய்துவருகிறார்.

ஹோ-சி-மின்

என். ராமகிருஷ்ணன்

கிழக்கு

ஹோ-சி-மின்

Ho Chi Minh

N. Ramakrishnan ©

First Edition: June 2007

144 Pages

Printed in India.

ISBN 978-81-8368-397-5

Kizhakku - 247

Kizhakku, An imprint of
New Horizon Media Pvt. Ltd.,
No.33/15, Eldams Road,
Alwarpet, Chennai - 600 018.
Phone : 044 - 42009601/03/04
Fax : 044 - 43009701

Email : support@nhm.in
Website : www.nhm.in

Publisher
Badri Seshadri
Chief Editor
Pa. Raghavan
Editor
Marudhan
Sr. Asst. Editors
Mugil
Sa.Na. Kannan
R. Muthukumar
Balu Sathya
Chief Designer
T. Kumaran
Designers
S. Kathiravan
Muthu Ganesan
E. Anandan

என் வாழ்க்கை முழுவதும் இதயபூர்வமாகவும் முழு பலத்துடனும் நமது தாயகத்துக்காகவும் புரட்சிக்காகவும் மக்களுக்காகவும் பாடுபட்டு வந்துள்ளேன். இந்த உலகிலிருந்து நான் போகும்பொழுது இன்னும் அதிக நாள்கள் சேவை செய்ய முடிய வில்லையே என்ற ஒரு ஏக்கத்தைத் தவிர, வேறு எதற்காகவும் நான் வருந்த வேண்டியதில்லை.

- ஹோ சி மின், தன் உயிலில்.

உள்ளே

1. தங்கத்தாமரை கிராமம்

அமைதியான கிராமம். நள்ளிரவு நேரம். புகைமணம் வீசும் காடா விளக்கின் முன்பு ஒரு தந்தை தனது பன்னிரெண்டு வயது நிரம்பிய மகனுக்கு ஒரு கதையை கூறிக் கொண்டிருக்கிறார். பதினேழு வயது நிரம்பிய இளவரசன், பிரெஞ்சுக்காரர்களால் எவ்வாறு கைவிலங்கிடப்பட்டு பிரான்சு நாட்டுக்கு கொண்டு செல்லப்பட்டான் என்பதையும் பெருமைமிக்க பார்வையுடன் இளவரசன் தனது எதிரிகளை எவ்வாறு துணிவுடன் நோக்கினான் என்பதையும் அந்தத் தந்தை மகனுக்குக் கூறிக்கொண்டிருந் தார். கதையை கேட்டுக் கொண்டிருந்த சிறுவனின் கண்களிலிருந்து கண்ணீர் ஆறாகப் பெருகி வழிந்துகொண்டு இருந்தது. அவன் தந்தையிடம் கேட்டான் :

'தந்தையே! எப்படி அந்த அந்நியர்கள் அவ் வளவு சுலபமாக வெற்றிபெற முடிந்தது?'

'இல்லை மகனே! அவர்கள் சுலபமாக வெற்றி பெறவில்லை. முப்பது வருட முயற்சிக்குப் பின்னர் நமது நாட்டைப் பிடித்தனர். நீ தெரிந்துகொள்ள விரும்பினால் மற்றொரு விஷயத்தையும் சொல்லுகிறேன். நமது நாட்டைப் பிடித்துள்ள பிரெஞ்சுக்காரர்

களுக்கு எதிரான போராட்டம் ஓய்ந்துவிடவில்லை, தொடர்ந்து நடந்துகொண்டுதான் இருக்கிறது.'

மொட்டைத் தலையில் இருபக்க குடுமிகளைக் கொண்டிருந்த அந்த இளஞ்சிறுவனுக்கு அனைத்துமே வியப்பானதாக இருந்தது. இருள் சாயத் தொடங்கியதும் தந்தையின் அருகே உட்கார்ந்து கொண்டு தங்கள் நாட்டைப்பற்றிய சம்பவங்களையும் வீர, தீரச் செயல்களையும், மணிக்கணக்கில் கேட்டுக்கொண்டிருக்கும் அந்தச் சிறுவன் அதே நினைவிலேயே லயித்திருப்பான்.

ஒருநாள் நள்ளிரவு நேரம்! அந்தச் சிறுவன் உறங்கிக் கொண்டிருக் கிறான். கிராமத்து நாய்கள் மூர்க்கத்தனமாக குரைத்துக் கொண்டிருந்தன. பெண்கள் துயரந்தோய்ந்த குரலில் கதறி அழுகிறார்கள். தமுக்கடிக்கும் ஓசை கேட்கிறது. தீவட்டி ஒளி, இருளை கலைத்துக்கொண்டிருக்கிறது. திடுக்கிட்டு விழித் தெழுந்த அந்தப் பையன், தூக்கக் கலக்கத்துடன் தந்தையிடம் என்ன நடந்ததென்று கேட்கிறான்.

'பயப்படாதே மகனே! அரசாங்கத்தினர் சில பேரைக் கைது செய்திருக்கிறார்கள்!' சிறுவன் வெளியே எட்டிப்பார்க்கிறான். கைது செய்யப்பட்டு இழுத்துச் செல்லப்படுபவர்களில் ஒருவர். அவனுடைய நண்பனின் தந்தையார். அந்தச் சிறுவனுக்கு தூக்கமே வரவில்லை. கைது செய்யப்பட்டவர்களுக்காக அவனது உள்ளம் வேதனைப்படுகிறது. ஆட்சியாளர்களைப் பழிதீர்க்க வேண்டு மென்ற உணர்வும் அந்தச் சிறுவனின் உள்ளத்தில் எழுகிறது.

அந்தக் கிராமத்து மக்கள், அருகில் உள்ள காடுகளில் கட்டாயமாக வேலை செய்ய வேண்டுமென்று அதிகாரிகளால் இழுத்துச் செல்லப்படுவதும், கொடுமை நிறைந்த அந்த வேலையைச் செய்யமுடியாமல் அந்தக் கிராம மக்கள் தப்பி ஓடி வருவதும் மீண்டும் அவர்கள் கைது செய்யப்பட்டு காடுகளுக்கு இழுத்துச் செல்லப்படுவதும் அந்தச் சிறுவனுக்கு மிகுந்த வேதனை யளித்தது. இதற்கு ஒரு முடிவேயில்லையா என்று அந்தச் சிறுவன் தனது தந்தையிடம் கேட்டான். அந்நியர்களான பிரெஞ்சுக்காரர்கள் நமது நாட்டிலிருந்து விரட்டப்பட்டு நாம் சுதந்தரமடைகிற வரையில் இப்படித்தான் இருக்குமென்று தந்தை பதிலளித்தார். அவர் ஒரு சிறந்த அறிஞர். 'பாவோ பாங்' என்ற அறிஞர் பட்டம் பெற்றவர். அவர் பெற்ற அறிஞர் பட்டத்துக்காக அவருடைய கிராமம், அவர் வீடு கட்டிக் கொள்ள சிறிது நிலமளித்தது. சாலைகளைப் போடுவதற்காக ட்டாயமாக

இழுத்துச் செல்லப்பட்ட ஏழைகளின் குடும்பங்களுக்கு உதவி செய்வதற்காக, அவர் அந்த நிலத்தை விற்று அந்தப் பணத்தை அந்தக் குடும்பங்களுக்கு பங்கிட்டுக் கொடுத்தார். அது மட்டுமல்ல. தேசபக்த உணர்வு நிரம்பிய அந்த அறிஞர், அந்தக் கிராமத்திலிருந்த சிறுவர்களுக்கு எழுதவும் படிக்கவும் கற்றுக் கொடுத்தார். அந்தத் தந்தையின் சீரிய குணங்கள் அனைத்தும் நிகுயன் சின் சங் என்று அழைக்கப்பட்ட அந்தச் சிறுவனின் உள்ளத்தில் ஆழப் பதிந்தது. அந்தச் சிறுவன்தான் பின்னாட்களில் உலகப் புகழ்பெற்ற ஹோ-சி-மின்!

மத்திய வியத்னாம் பகுதியைச் சேர்ந்த சிம்லியன் (Cimlien) ஏராளமான நீர் நிலைகளைக் கொண்ட கிராமமாகும். பசுமையான செடிகள் இங்குமங்குமாக நீரில் மிதந்து கொண்டிருக்க, பூக்களின் அரசனாகக் கருதப்படும் வெளிர் சிவப்பு தாமரைகளும் வெண்மை நிறத் தாமரைகளும் அந்தக் குளங்களின் நீரில் அசைந்தாடிக் கொண்டிருக்கும். இதன் காரணமாகவே, அதற்கு தங்கத் தாமரை கிராமம் (சிம்லியன்) என்ற பெயர் சூட்டப்பட்டது.

இளஞ்சிறுவன் நிகுயன் சின் சங்குக்கு இந்தக் காட்சிகள் அனைத்தும் மிகுந்த மகிழ்ச்சியை அளிக்கும். காலை நேரங்களில் கிராம மக்கள் தூண்டில் போட்டு அந்தக் குளங்களிலிருந்து மீன்களைப் பிடிப்பதையும், பகல் நேரங்களில் வெலின் சூட்டிலிருந்து தப்புவதற்காக நீர் எருமைகள் தலைகளை வெளியே நீட்டியபடி குளங்களில் பதுங்கியிருப்பதையும், கிராமத்துச் சிறுவர்கள் அவற்றின் முதுகில் ஏறி ஆட்டம் போடுவதையும் காண சிறுவன் நிகுயனுக்கு உற்சாகம் பிறந்துவிடும். சில நேரங்களில், மற்றவர்களோடு சேர்ந்து நிகுயனும் மீன் பிடிக்க தூண்டில் போடுவதுண்டு. இயற்கையைப் புகழ்ந்தும், சொந்த மண்ணைப் புகழ்ந்தும், ஏராளமான கிராமியப் பாடல்களையும், பழைய தாலாட்டுப் பாடல்களையும் கிராம மக்கள் அவ்வப்போது பாடுவதுண்டு. சிறுவன் நிகுயனுக்கு இவை மனப்பாடமாகத் தெரியும். தனது நாட்டையும் அதன் மக்களையும் பெரிதும் நேசிக்கும் தன்மையை சிறுவன் நிகுயனின் உள்ளத்தில் இவை புகுத்தின. மேலும் இந்தக் கிராமிய கதைப்பாடல்கள், தங்கள் நாட்டின் வீரர்களைக் குறித்தும் பிரெஞ்சு ஆக்கிரமிப்பாளர்களை எதிர்த்து வீரமாகப் போராடி உயிர்நீத்த தேசபக்தர்களைக் குறித்தும், கிராம மக்களின் மனத்தில் பெரும் தாக்கத்தை ஏற்படுத்தின. சிறுவன் நிகுயனுக்கு இவை யனைத்தையும் தெரிந்துகொள்ள வேண்டுமென்ற வேட்கை

பிறந்தது. கிடைத்த புத்தகங்களைப் படிக்கத் தொடங்கினான். சிறந்த அறிஞரான தனது தந்தையை இது குறித்து விளக்கிக் கூறுமாறு தொடர்ந்து நச்சரித்து வந்தான். அவரும் சளைக்காமல் நிகுயன் கேட்ட கேள்விகள் ஒவ்வொன்றுக்கும் பதிலளித்தார். தங்கள் நாடு எவ்வாறு அடிமைப்பட்டதென்பதை ஒருநாள் மகனுக்கு விளக்கிக் கூறினார்.

கலாசார பாரம்பரியத்தில் சிறந்து விளங்கிய வியத்னாம் நாடு, கி.மு.39-ம் ஆண்டு முதல் கி.பி.939-ம் ஆண்டு வரை, அதாவது சுமார் 10 நூற்றாண்டுகளுக்கு சீனாவின் பிரபுத்துவ வம்சத்தினரால் ஆளப்பட்டு வந்தது. அதன்பின் சுதந்தர நாடாக விளங்கியது. வியத்னாமை மீண்டும் அடிமைப்படுத்த சீனாவின் மிங் அரச பரம்பரையினர் பல்வேறு தடவை முயற்சித்தனர். ஆனால், அவையனைத்தும் வியத்னாம் வீரர்களால் முறியடிக்கப்பட்டு விட்டன. 300 ஆண்டுகள் வியத்னாம் சுதந்தர நாடாக விளங்கியது.

சென்ற நூற்றாண்டின் நடுப்பகுதியில், ஆசிய நாடுகளைப் பிடித்து அவற்றை தங்களது காலனிகளாக வைத்துக்கொள்ள வேண்டுமென்ற நோக்கத்துடன் பிரான்ஸ் நாட்டின் மன்னனான மூன்றாம் நெப்போலியன், வியத்னாம் நாட்டைக் கைப்பற்றுவதற்காக தனது கடல் படைகளை அனுப்பினான்.

1858-ஆம் ஆண்டு ஆகஸ்ட் மாதத்தில் பிரான்ஸ் நாட்டின் கடற்படை பிரிவு, வியத்னாம் நாட்டின் பிரசித்திபெற்ற டணாங் கோட்டைமீது தனது தாக்குதலைத் தொடுத்தது. இந்தக் கடற்படையில் ஸ்பெயின் நாட்டைச் சேர்ந்த சில யுத்தக் கப்பல்களும் பங்கெடுத்தன. ஒரு வருட தாக்குதலுக்குப் பிறகு, இந்தக் கடற்படை வியத்னாமின் பிரதான நகரங்களுள் ஒன்றான சைகோன் நகரைப் பிடித்தது. பிரான்ஸ் நாட்டின் கடற்படை வலிமைமிக்கதாக இருந்தபோதிலும், அது வியத்னாமை சுலபமாக வெல்ல முடியவில்லை. இந்தப் போர் 25 வருட காலம் நீடித்தது. இறுதியில் 1883-ம் ஆண்டில் வியத்னாமின் அரசவை, பிரெஞ்சு மேலாதிக்கத்தை ஏற்றுக் கொண்டு அசமத்துவமான ஓர் உடன்படிக்கையில் கையெழுத்திட்டது.

பிரெஞ்சு காலனியாதிக்கவாதிகள் வியத்னாம் நாட்டை மூன்று பிரிவுகளாகப் பிரித்தனர். தெற்கு வியத்னாம் பகுதி. பிரெஞ்சு காலனியாக மாற்றப்பட்டது. அதற்கு 'கொச்சின் சைனா' என்று பெயரிடப்பட்டது. வடக்கு வியத்னாம் பகுதி 'டோன்கின்'

என்றும், மத்திய வியத்னாம் பகுதி 'அன்னாம்' என்றும் அழைக்கப்பட்டன. இவ்விரு பகுதிகளுக்கும் பிரான்சின் மேற்பார்வைக்குட்பட்ட இடங்கள் என்ற அந்தஸ்து அளிக்கப் பட்டது. இவை பெயரளவுக்கு, வியத்னாம் பேரரசரைக் கொண்ட வியத்னாமிய நிர்வாகம் போல் இருக்கும். ஆனால் கொச்சின் சைனாவில் ஒரு பிரெஞ்ச் ஆளுநரும், மற்ற இரு பகுதிகளில் அவருடைய பிரதான ஏஜண்டுகளையும் கொண்ட பிரெஞ்சு நிர்வாகமாகத்தான் நடைமுறையில் இருந்தது.

தங்கள் படைவலிமையால் வியத்னாம் நாட்டைப் பிடித்த பிரெஞ்சுக்காரர்கள், அதை அமைதியாக ஆளமுடியவில்லை. நாட்டின் தெற்குப் பகுதியில் உள்ள பள்ளத்தாக்குகளிலும் வடக்கில் உள்ள காட்டுப்பகுதிகளிலும் மத்தியப் பகுதியில் உள்ள மலைகளிலும், வியத்னாமிய கெரில்லாப் போர் வீரர்களின் தாக்குதலுக்கு அவர்கள் இரையாகி வந்தனர்.

1884-ம் ஆண்டு பேரரசர் பட்டம் ஏற்ற 11 வயது சிறுவன் ஹாம் கீ என்பவன் அதற்கடுத்த ஆண்டில் தன்னுடைய ராஜாங்க ஏஜண்டுடன் சேர்ந்து மலைப்பகுதிக்கு ஓடினான். அங்கே அவனுக்கு ஒரு பாதுகாப்பான தளம் உருவாக்கப்பட்டது. அந்நியர்களுக்கெதிராக ஆயுதம் ஏந்தும்படி நாட்டு மக்களுக்கு அவன் அறைகூவல் விடுத்தான். பிரபுத்துவப் பகுதியினரால் நடத்தப்பட்ட இந்த விடுதலை இயக்கம் 'கான் வாங்' என்றழைக்கப்பட்டது.

இறுதியாக 1890-ம் ஆண்டுகளின் கடைசிப்பகுதியில் பிரெஞ்சு காலனியாதிக்கவாதிகள், கிளர்ச்சிக்கார இளம் பேரரசனை கைது செய்து கெரில்லா போர்த்தளங்களை அழித்தனர். சிறை பிடிக்கப் பட்ட பேரரசனின் சகோதரனான டாங்க் காங்க் என்பவன், தான் பிரெஞ்சுக்காரர்களுக்கு விசுவாசமாக இருப்பதாகக் கூறியதால் அவன் பதவியில் அமர்த்தப்பட்டான்.

பிரெஞ்சுக்காரர்களுக்கெதிரான ஆயுதப்போராட்டமானது தொடர்ந்து நடைபெற்றது.

இவ்வாறு, தங்கள் நாடு அடிமைப்பட்ட வரலாறை தந்தையார் கூற, ஆழ்ந்த கவனத்துடன் கேட்டுக்கொண்டிருந்த நிகுயனின் உள்ளத்தில் பிரெஞ்சு ஆக்கிரமிப்பாளர்களுக்கெதிராக கடும் வெறுப்பு உருவானது.

2. முதல் கேள்வி

சிறுவன் நிகுயன்-சின்-சங்கின் தந்தை நிகுயன்-சின்-சாக் மிகவும் ஏழ்மையான குடும்பத்தைச் சேர்ந்தவர். இளம் வயதி லேயே பெற்றோரை இழந்த அவர், கடுமை யாக உழைத்துக்கொண்டே தனது படிப்பை யும் தொடர்ந்தார். அவருடைய விடாமுயற்சி யையும் அறிவுத் திறனையும் கண்ட ஹோங் சுவான் டூங் என்ற அறிஞர் அவருடைய அறிவுத்திறனை மேம்படுத்த உதவியதோடு, தனது மகள் ஹோங்-தி-லோனை நிகுயன்-சின்-சாக்குக்கு மணமுடித்து வைத்தார்.

இந்தத் தம்பதிகளுக்கு, ஒரு மகளும் மூன்று மகன்களும் பிறந்தனர். மூன்றாவது பிள்ளை தான் நிகுயன்-சின்-கங். 1890-ம் ஆண்டு, மே மாதம் 19-ந் தேதியன்று கிம்லியன் கம்யூனைச் சேர்ந்த ஹோங்ட்ரூ என்ற கிராமத்தில் பிறந்தான், நிகுயன்-சின்-கங்.

நிகுயன்-சின்-சாக், பண்டைய கன்பூசிய கோட்பாடுகளை விளக்கும் நான்கு புத்தகங் களையும், ஐந்து காப்பியங்களையும் கற்றவர். அன்றைய வியத்னாமிய சமூகத்தில் சீன அறிஞர் கன்பூசியசின் கோட்பாடுகளைக் கற்றுக்கொள்வது என்பது பெருமைக்குரிய ஒரு செயலாகக் கருதப்பட்டது.

‘விசுவாசம் செலுத்துவது’ என்பது கன்பூசியக் கோட்பாடுகளில் பிரதானமானதொன்று. பழைய கன்பூசிய அறிஞர்கள் அதை ‘மன்னனுக்கு விசுவாசமாக இருப்பது’ என்று விளக்கியிருந்தனர். புதிய தேசபக்த, முற்போக்கு அறிஞர்கள் அதை வேறுவிதமாக விளக்கினர். மன்னன், தேசபக்தனாக இருந்தால் மட்டுமே அவனுக்கு விசுவாசம். அவன் எதிரிகளுக்குத் தலைவணங்கினால், அவனுக்கு விசுவாசம் செலுத்தவேண்டியது கட்டாயமல்ல என்று விளக்கம் கொடுத்தனர்.

நிகுயனின் தந்தையார் இந்த இரண்டாவது வகையை ஆதரித்தவர் என்பது மட்டுமல்ல, அவர் தேசபக்த கன்பூசியவாதிகள் கட்சியின் விசுவாசமான ஆதரவாளர். தன்னுடைய கட்சியின் தேசபக்த லட்சியங்களை தன்னுடைய பிள்ளைகள் சிந்தையிலும் புகுத்தினார். இதன் காரணமாக, தன்னுடைய சமவயதுச் சிறுவர்களைப் போல கன்பூசிய இதிகாசங்களைப் படித்த நிகுயன், வியத்நாமிய தேசபக்தி இழையோடிய ஒருவகைப்பட்ட கன்பூசிய தத்துவார்த்த கண்ணோட்டத்தைப் பெறமுடிந்தது.

1901-ம் வருடத்தில், நிகுயனுடைய தந்தையார் அரசாங்கப் பணிக்கான தேர்வு எழுதுவதற்கு சில நாள்களுக்கு முன்பு, நிகுயனுடைய தாயார் ஹோாங்-தி-லோன் காலமானார். பெருந்தன்மை கொண்டவராகவும், கடுமையான உழைப்பாளியாகவுமிருந்த திருமதி.ஹோாங், வயலில் உழும் நேரம் தவிர இதர நேரங்களில் தனது பிள்ளைகளுக்கு கல்வி புகட்டி வந்தார். அவர் இறந்தபொழுது அவருக்கு 32 வயதே ஆகியிருந்தது. அவர் காலமான சில நாள்களுக்குள், அவருடைய கடைசி குழந்தையும் இறந்துபோனது. மிகுந்த வேதனையடைந்த நிகுயனின் தந்தையார், தன்னுடைய இரண்டு மகன்களையும் ஒரு மகளையும் தன்னுடைய மாமனார் வீட்டுக்கு அனுப்பிவிட்டு, அரசாங்க உத்யோகத் தேர்வு எழுதும் பொருட்டு குயூ நகரத்துக்குச் சென்றார். அந்தத் தேர்வில் சிறப்பான தேர்ச்சி பெற்றார். இதை அறிந்த தங்கத்தாமரை கிராமத்து மக்கள் பெரும் மகிழ்ச்சியடைந்தனர். அந்தக் கிராமத்திலேயே இத்தகைய தகுதியைப் பெற்ற முதல் நபர் நிகுயனுடைய தந்தையார் மட்டுமே! அவர் ஒரு வீடுகட்டிக்கொள்வதற்காக நிலம் அளிப்பதென்று கிராம மக்கள் தங்கள் கூட்டத்தில் முடிவுசெய்து, கொல்லன் பட்டறைக்கும் குளத்துக்கும் நடுவிலிருந்த ஓர் இடத்தை நிகுயனின் தந்தையாருக்கு அளித்தனர்.

மூங்கிற்கம்புகளைக் கொண்டு வைக்கோலினால் வேயப்பட்ட அந்தக் குடிசையில், நிகுயனின் குடும்பம் குடியேறியது. குடிசையின் முன்புறம் இருந்த மூங்கில் புதர் அகற்றப்பட்டு, அந்த இடத்தில் வாழைக்கன்றுகளும் பாக்கு மரக் கிளைகளும் நடப்பட்டன. பூசணிக்கொடிகள் வளர ஆரம்பித்தன.

நிகுயனுடைய தந்தையார், இதிகாசக் கல்வி என்பது காலத்துக்கு ஒவ்வாத ஒன்று என்ற கருத்துடையவர். அத்துடன், அரசாங்க வேலைக்குப் போவது என்பதையும் அவர் விரும்பவில்லை. எனவே, அவர் கடந்த கால வரலாற்றை தனது பிள்ளைகளுக்கு விவரிக்கும்பொழுதே புதிய காலத்தின் சாதனைகளையும் எடுத்துரைத்தார்.

ஆரம்பப்பள்ளியில் சேர்ந்த நிகுயனுக்கு, ஒரு சிறந்த ஆசிரியர் கிடைத்தார். உவாங் என்ற பெயர்கொண்ட அந்த ஆசிரியர், தேசபக்தரும் கிளர்ச்சிக்காரருமான ஒருவருடைய மகனாவார். அவர் தனது மாணவர்கள் உள்ளத்தில் நாட்டுப்பற்றை உருவாக்கியதோடு, தங்கள் நாட்டின் வீரமிக்க வரலாறையும் அவர்களுக்கு விளக்கிக் கூறினார்.

நிகுயனுக்கு, நாளாக நாளாக பல விஷயங்கள் புலப்படலாயின. புகழ்மிக்க தன்னுடைய நாடு, எத்தகைய மகத்தான வீரர்களை உருவாக்கியிருக்கிறது என்பதையும், இடையிடையே ஆயிரம் ஆண்டுகளுக்கு அது சீனாவின் பிரபுத்துவ மன்னர்களால் ஆளப்பட்டிருந்த போதிலும் அது ஒருபோதும் அவர்களுக்குத் தலைவணங்கியதில்லை என்பதையும் நிகுயனால் உணர முடிந்தது.

ஒருநாள், நிகுயனுக்கு பிரபல பிரெஞ்சு அறிஞர் ரூஸோ எழுதிய புத்தகத் தொகுப்பு ஒன்று கிடைத்தது. நிகுயன் அதை மிகவும் சிரமப்பட்டு படிக்கவேண்டியிருந்தது. பெரும்பாலான பக்கங்கள் புரியவேயில்லை. ஆனால் அதன் பொதுவான கருத்தை, நிகுயனால் ஓரளவு புரிந்துகொள்ள முடிந்தது.

மனிதன் பிறக்கும்பொழுது சுதந்தரமானவனாகப் பிறக்கிறான்; இருந்தும் எங்கும் விலங்கிடப்பட்ட நிலையிலேயே உள்ளான்; சுதந்தரத்தைக் கைவிடுவதென்பது மனித கண்ணியத்தைக் கைவிடுவதாகும், மனித உரிமைகளைக் கைவிடுவதாகும். சுதந்தர உணர்வு, சுதந்தர சிந்தனை, பாரம்பரிய விதிமுறை

களுக்கும், வறட்டுச் சூத்திரங்களுக்கும் எதிர்ப்பு, போர்க்குண மிக்க நாத்திகவாதம் போன்ற அந்த நூலின் இழையோடிய கருத்துக்கள் நிகுயனை மிகவும் கவர்ந்தன. சுதந்தரம், சமத்துவம், சகோதரத்துவம் என்ற முழக்கங்களை எழுப்பிய அந்த நூல் நிகுயனை பெரும் தாக்கத்துக்காளாக்கியது.

இந்த நூலை பலமுறை படித்தபின், நிகுயனின் உள்ளத்தில் ஒரு பெரும் வினா எழுந்தது. ரூஸோ சுதந்தரத்தை வலியுறுத்து கிறார். ஆனால், பிரெஞ்சு மக்கள் ஏன் வியட்நாமை ஒடுக்கு கிறார்கள்?

3. கல்லூரியிலிருந்து வெளியேற்றம்

1904-ம் வருடத்தில் நிகுயனின் தந்தையா ருக்கு அரசு சபையிடமிருந்து ஓர் உத்தரவு வந்தது. அவர் குயூ நகரில் அரசாங்கப் பணியில் உடனடியாக சேர வேண்டுமென்று அந்த உத்தரவு கூறியது. எனவே, நிகுயனின் தந்தையார் தனது மகளை கிராமத்திலேயே விட்டுவிட்டு, தனது இரு மகன்களை மட்டும் அழைத்துக்கொண்டு குயூ நகரத்துக்குப் போனார்.

நிகுயனும் அவருடைய மூத்த சகோதரனும் அந்த நகரிலுள்ள பள்ளி ஒன்றில் சேர்க்கப் பட்டனர். அவ்விருவரும் பிரெஞ்சு மொழி யையும் இலக்கியத்தையும் கற்றனர். அவற்றைப் படித்து முடித்தபின், இவ்விரு வரும் தேசியக் கல்லூரியில் சேர்க்கப் பட்டனர். வியத்னாம் நாட்டிலேயே சிறந்த கல்வி நிறுவனமாகக் கருதப்படும் தேசியக் கல்லூரியில், வியத்னாமிய மற்றும் மேற் கத்திய கல்வி கற்றுக் கொடுக்கப்பட்டது.

அந்த நேரத்தில் தேசிய விடுதலை இயக்கம் பலமடைந்து வரத் தொடங்கியது. கல் லூரிக்கு வெளியே பல மோதல்கள் உரு வெடுக்கத் தொடங்கின. 1908-ம் ஆண்டு

வசந்த காலத்தில் அரசியல் போராட்டம் குறித்த முதல் அனுபவம் நிகுயனுக்குக் கிடைத்தது. 'நாட்டின் வாழ்வையும் நெறி முறைகளையும் புதுப்பித்தல்' என்ற பெயரில் ஒரு பெரும் இயக்கம் அங்கே தொடங்கப்பட்டது. நீண்ட சடைகளை வைத்திருந்த ஆண்கள் அவற்றை வெட்டி எறிந்தனர். பழைய பழக்கங்களை விட்டுவிடும்படியும் நவீன ஆடைகளை அணியும் படியும் பிரசாரம் செய்யப்பட்டது. வியத்னாமிய பள்ளிகளையும் வர்த்தக நிறுவனங்களையும் உருவாக்கும்படியும், வியத்னாமிய பொருள்களைத் தவிர வேறெந்தப் பொருள்களையும் வாங்கக்கூடாதென்றும் பிரசாரம் செய்யப்பட்டது. ஊழல்மிக்க வரிவிதிப்பு முறைகளை அம்பலப்படுத்தும் பிரகடனங்களை விநியோகித்த இந்த இயக்கத்தின் உறுப்பினர்கள், வரி கொடுக்க மறுக்கும்படி மக்களுக்கு வேண்டுகோள் விடுத்தனர்.

மத்திய வியத்னாம் முழுவதிலும் மோதல்கள் பரவத் தொடங்கின. அண்டை மாநிலங்களிலிருந்து ஆயிரக்கணக்கான விவசாயிகள் குயூ நகரத்தை நோக்கி வர ஆரம்பித்தனர். அவர் களில் பலர் தங்கள் குடும்பங்களுடனும், படுத்து உறங்குவதற் காக வைக்கோலினால் செய்த பாய்களுடனும், உணவு தயாரிப் பதற்காக அரிசி மற்றும் சமையல் பாத்திரங்களுடனும் வந்தனர். அவர்கள் வரும் வழியில் ஆங்காங்கே சீர்திருத்தக்காரர்கள் சில மையங்களை நிறுவியிருந்தனர். இந்த இடங்களில் ஆண் களுடைய சடைகள் வெட்டப்பட்டு அவர்களுடைய நீண்ட உடைகள் குறுகலாக்கப்பட்டன. குயூ நகரத்துக்குள் நுழைத்த விவசாயிகள், ஆற்றுப்பாலத்துக்கு அருகிலுள்ள பிரெஞ்சு ஆளுநரின் மாளிகையைச் சுற்றியும் அதை அடுத்துள்ள இடங் களிலும் தங்கினர். வரிகளைக் குறைக்கவேண்டும், கட்டாய உழைப்பை ரத்துசெய்ய வேண்டும் போன்ற தங்கள் கோரிக்கை களை அரசாங்கம் ஏற்கவேண்டுமென்பதற்காக மூன்று நாள்கள் இரவும் பகலுமாக அங்கேயே காத்துக் கிடந்தனர்.

சில கல்லூரி மாணவர்களும் ஆர்ப்பாட்டக்காரர்களுடன் சேர்ந்து கொண்டனர். நிகுயன் அவர்களில் முன்நின்றார். 'வரிகளை ரத்து செய்யும்படி நமது நாட்டு மக்கள் பிரெஞ்சுக்காரர்களைக் கேட்கிறார்கள். நமக்கு பிரெஞ்சு மொழி தெரிந்திருப்பதால் அவர்களுக்கு உதவவேண்டியது நம்முடைய கடமையாகும்' என்று நிகுயன் தன் சக மாணவர்களிடம் கூறினார். அத்துடன் நிகுயனும் அவருடைய நண்பர்களும் அங்கு கூட்டம் கூட்டமாக

உட்கார்ந்திருந்த மக்களிடம்போய் புரட்சிகரக் கவிதைகளைப் பாடியதோடு, விவசாயிகள் தங்களுடைய போராட்டத்தில் உறுதியாக இருக்கவேண்டுமென்றும் கேட்டுக்கொண்டார்கள்.

பிரெஞ்சு அதிகாரிகள் எட்டு வயது நிரம்பிய பேரரசனை அனுப்பி, விவசாயிகளைக் கலைந்துபோகும்படி கூறச் செய்தனர். ஆனால், விவசாயிகள் யாரும் அதை ஏற்கத் தயாராக இல்லை. இதனால் ஆத்திரமடைந்த பிரெஞ்சு ஆளுநர், மூன்றாவது நாள் ஆயுதப் படைகளை அனுப்பி விவசாயிகளைக் கொன்று குவிக்கும்படி உத்தரவிட்டான். நிராயுதபாணியாக நின்றிருந்த மக்கள் கூட்டத்தின் மீது பிரெஞ்சு சிப்பாய்கள் கண்மூடித்தனமாக சுட்டனர். கொல்லப்பட்டவர்களுடைய உடல்கள் ஆற்றுநீரில் வீசியெறியப்பட்டன. விவசாயிகளுக்கும் பிரெஞ்சு சிப்பாய் களுக்குமிடையே கைகலப்பு ஏற்பட்டது. கொதிப்படைந்த விவசாயிகள் பலர், பிரெஞ்சு சிப்பாய்கள் மீது தாவி அவர்களை யும் இழுத்துக்கொண்டு தண்ணீருக்குள் மூழ்கினர். பல கல்லூரி மாணவர்கள் கைது செய்யப்பட்டனர். ஆனால் நிகுயன் கைதாகாமல் தப்பி, தனது குடும்ப நண்பரொருவர் வீட்டில் அடைக்கலம் புகுந்தார்.

அடுத்தநாள் காலையில் நிகுயன் வழக்கம்போல் கல்லூரிக்குப் போனார். அவர் போய்ச்சேர்ந்த சிறிது நேரத்துக்குள் ஒரு பிரெஞ்சு அதிகாரியும் சில சிப்பாய்களும் அந்தக் கல்லூரியின் நிர்வாகியும், நிகுயனுடைய வகுப்பறைக்குள் வந்தனர். 'உயர மான, கறுத்த நிறமுள்ள பையனை நாங்கள் தேடுகிறோம். அவனை உடனடியாக இந்தக் கல்லூரியிலிருந்து வெளியேற்ற வேண்டும்' என்று அந்தப் பிரெஞ்சு அதிகாரி கூறினார்.

நிகுயன் கல்லூரியிலிருந்து வெளியேற்றப்பட்டார். கல்லூரியில் இருந்து வெளியே வந்த நிகுயன், சில நிமிட நேரம் தன் எதிர் காலத்தைக் குறித்து யோசித்தார். மக்களோடு மக்களாக வாழ் வது, அவர்களுடைய நலனுக்காகப் பாடுபடுவது என்ற உறுதி யான முடிவுக்கு அவர் வந்தார். முதலில் நாட்டைச் சுற்றிப் பார்ப்பது, மக்களோடு பழகுவது, அனுபவம் பெறுவது என்று முடிவு செய்தார். உடனே நாட்டின் தெற்குப் பகுதியை நோக்கி தென் சீனக் கடற்கரையோரத்தில் நடைபோடத் தொடங்கினார்.

ஒவ்வொரு கிராமத்திலும் நகரத்திலும் சில நாள்கள் தங்கி, அங்குள்ள மக்களைச் சந்தித்துப் பேசி தனது பயணத்தைத்

தொடர்ந்த நிகுயன், குயின் ஹான் என்ற இடத்தில் கிராம ஆசிரியர்களுக்காக நடத்தப்பட்ட தேர்வில் கலந்துகொண்டு வெற்றியும் பெற்றார். ஆனால் அங்குள்ள பிரெஞ்சு அதிகாரியின் ஒப்புதலுக்காக நிகுயனுடைய பெயர் அனுப்பி வைக்கப் பட்டபோது, அவர் அதை அடித்துவிட்டார். ஏனென்றால், நிகுயன் போலீஸ் கண்காணிப்பில் இருந்தவர் என்று அதற்குக் காரணம் கூறப்பட்டது.

1910-ம் ஆண்டின் முடிவில், கிட்டத்தட்ட 500 கிலோ மீட்டர் தூரத்தைக் கடந்தபின் நிகுயன், பான் தியட் என்ற இடத்தை அடைந்தார். அங்கே அவருடைய தந்தையாரின் நண்பரொருவர் வசித்து வந்தார். தேசபக்தரும் ஆசிரியருமான அந்த நண்பர், நிகுயனுக்கு தனியார் பள்ளி ஒன்றில் ஆசிரியர் வேலை வாங்கித் தந்தார்.

அந்தப் பள்ளியில் இரண்டாவது மூன்றாவது படிவ மாணவர் களுக்குக் கல்வி கற்றுத்தந்த நிகுயன், அவர்களுக்கு தேச பக்தியையும் நாட்டுப்பற்றையும் ஊட்டினார். ஓய்வான நேரங்களில் மீன்பிடிக்கும் கிராமங்களுக்குச் சென்ற நிகுயன், அங்குள்ள மீனவர்கள் தங்களுடைய மீன்பிடி வலைகளைச் சரி செய்வதற்கு உதவினார். அத்துடன் கடலில் செல்லும்போது வழியை எவ்வாறு அறிந்து கொள்வது, கடல் பயண மயக்கத்தை எவ்வாறு தடுப்பது, புயல் வருவதை எவ்வாறு முன் கூட்டியே அறிந்துகொள்வது போன்ற விஷயங்களை அவர் மீனவர் களிடமிருந்து அறிந்துகொண்டார்.

4. கப்பல் ஊழியன்

அறிவு ஒளியைத்தேடி முடிவற்ற பயணத்தை
மேற்கொண்ட நிகுயன், வெகு விரைவி
லேயே அந்த நகரத்தை விட்டுப் புறப்பட்டு
சைகோன் நகரை நோக்கிக் கிளம்பினார்.
அங்கே வர்த்தகக் கப்பல் மாலுமிகளை
உருவாக்குவதற்காக புதிதாகத் திறக்கப்பட்ட
பள்ளி ஒன்றில் அவர் சேர்ந்தார். தனது
நாட்டின் விடுதலைக்கான வழியைக் குறித்து
அறிந்து கொள்ளவும் தேவைப்படும்
அறிவைப் பெறவும், எந்த நாட்டுக்குச்
செல்லலாம் என்று யோசித்தார். இறுதியில்
ஐரோப்பாவுக்குச் செல்வது என்று
முடிவெடுத்தார்.

சைகோன் துறைமுகத்திலிருந்து சிங்கப்பூர்,
கொழும்பு, போர்ட் செய்யத், மார்செய்ல்ஸ்
போன்ற இடங்களுக்கு கப்பல்கள் அடிக்கடி
செல்வதுண்டு. அந்தக் கப்பல்களில் வேலை
செய்வதற்குத் தேவைப்படும் நபர்கள்,
வழக்கமாக வியத்னாமிய துறைமுகங்களில்
சேர்க்கப்படுவதுண்டு. மாலுமிகள் பள்ளியில்
மூன்று மாத காலம் படித்த பின்னர், நண்பர்
ஒருவரிடம் தனது விருப்பத்தை நிகுயன்
தெரிவித்தார். 'பிரான்சிலும், இதர நாடுகளி
லும் உள்ள மக்கள் எவ்வாறு வாழ்கிறார்கள்

என்பதைக் கண்டறிய நான் தீர்மானித்துள்ளேன். திரும்பிவந்து எனது நாட்டு மக்களுக்கு உதவி செய்வேன்!' என்று நிகுயன் கூறினார். பணத்துக்கு என்ன செய்வாய் என்று நண்பர் கேட்டபோது, 'எனது உழைப்புதான் பணம். அதை வைத்துத்தான் நான் போய் வரவேண்டும்' என்று அவர் பதிலளித்தார்.

1911-ம் ஆண்டு ஜுன் 2-ந் தேதி பகல் நேரத்தில் சைகோன் துறைமுகத்துக்குள் வந்த நிகுயன், அங்கு ஒரு கப்பலில் பயணிகள் நுழைந்துகொண்டிருப்பதைக் கண்டார். தனக்கு ஏதாவது வேலை கிடைக்குமா என்று அந்தக் கப்பல் அதிகாரிகளிடம் அவர் கேட்டார். அவருடைய மெலிந்த உடலைக்கண்டு அவர்கள் சிரித்தனர். ஒரு வியத்னாமிய ஊழியர், நிகுயனை கப்பல் கேப்டனிடம் அழைத்துப் போனார். நிகுயனின் உறுதியையும் அறிவுக் களை தென்படும் அவருடைய முகத்தையும் கண்ட கேப்டன், அவரை கப்பல் சமையற்காரரின் உதவியாளராக நியமித்தார். கப்பல், ஐரோப்பாவை நோக்கி நகரத் தொடங்கியது.

கப்பலில் உதவியாளராகப் பணியாற்றுவது என்பது மிகவும் கடினமான காரியமாகும். அதிகாலை நான்கு மணிக்கு எழுந்திருந்து, உணவருந்தும் மேஜைகளையும் கப்பல் சமையலறையின் சுவர்களையும் தரையையும் கழுவிவிட வேண்டும். அடுப்பைப் பற்றவைக்க வேண்டும். அது தொடர்ந்து எரிய, நிலக்கரியைக் கொண்டுவந்து கொட்டிக் கொண்டே இருக்க வேண்டும். பத்திரப்படுத்தி வைக்கப்பட்டுள்ள காய்கறிகள், மீன், பன்றி இறைச்சி போன்றவற்றை பெரிய கூடைகளில் வைத்து எடுத்து வரவேண்டும். இந்தக் கூடைகளைத் தலையில் வைத்து மரப்படிகளில் இறங்கி வரவேண்டும். கரணம் தப்பினால் மரணம் என்ற நிலையில் இந்த வேலையை நிகுயன் செய்யவேண்டியிருந்தது.

பயணிகளும் கப்பல் மாலுமிகளுமாகச் சேர்த்து 800 பேருக்கு, இந்தச் சமையலறையிலிருந்து உணவு தயாரிக்க வேண்டியிருந்தது. உடல் முழுவதும் அடுப்புக்கரி தூசி ஒட்டிக் கொண்டிருக்கும். இரவில்தான் ஓய்வு. இதர உதவியாளர்கள், ஓய்வு நேரங்களில் தூங்குவதற்கோ அல்லது சீட்டாடுவதற்கோ போய்விடுவார்கள். ஆனால், நிகுயன் மட்டும் நள்ளிரவுவரை புத்தகங்களை படித்துக் கொண்டிருப்பார்.

கப்பல், பிரான்ஸ் நாட்டிலுள்ள மார்செய்ல்ஸ் துறைமுகத்துக்கு வந்து நங்கூர மிட்டபொழுது, நிகுயன் அந்த நகருக்குள் சென்று சுற்றிப்பார்த்தார். ஏராளமான ஏழை பிரெஞ்சுக்காரர்கள் கந்தலாடை அணிந்திருப்பதையும், பல பிரெஞ்சு இளம் பெண்கள் வறுமையின் காரணமாக விபசாரத்தில் ஈடுபட்டிருப் பதையும் காண, நிகுயனுக்கு மிகுந்த வேதனை ஏற்பட்டது. தனது வியத்னாம் நாட்டைப் போல பிரான்ஸ் நாட்டிலும் ஏழைகள் இருக்கிறார்கள். 'எங்களுக்குப் போதனை செய்ய வந்துள்ள பிரெஞ்சு அரசாங்கம், இந்த ஏழை மக்களைக் குறித்து ஏன் கவலைப்படவில்லை?' என்ற வினாக்குறி அவர் மனத்தில் எழுந்தது.

கப்பல், அமெரிக்காவை நோக்கிப் பயணமானது. வழியில் உலகப் புகழ்பெற்ற நடிகர் சார்லிசாப்ளின் இந்தக் கப்பலில் பயணம் செய்தார். இதை அறிந்த நிகுயன் அவரைச் சந்தித்து உரையாடினார். தான் அவருடைய பல திரைப்படங்களைப் பார்த்திருப்பதாகவும், அவருடைய ரசிகன் என்றும் கூறினார். மிகுந்த மகிழ்ச்சியடைந்த சாப்லின், நிகுயனுடைய விருப்பப்படி அவரோடு சேர்ந்து புகைப்படம் எடுத்துக் கொண்டார். இந்தக் கப்பல் நட்பு, அவர்கள் இறுதிக் காலம் வரை நீடித்தது.

இந்தக் கப்பலில் வேலை செய்த நிகுயன், கிட்டத்தட்ட இரு முறை உலகம் முழுவதையும் வலம் வந்தார். அட்லாண்டிக் பெருங்கடல், இந்துமகா சமுத்திரம், அராபியக் கடல், செங் கடல், மத்திய தரைக் கடல் ஆகிய அனைத்துக் கடல் பகுதி களையும், ஆப்ரிக்கக் கண்டத்தையும் அமெரிக்கக் கண்டத்தையும் பார்த்தார். கப்பல் நியூயார்க் நகருக்கு வந்தபொழுது, நிகுயன் கப்பல் வேலையிலிருந்து விலகி சில மாதங்கள் அமெரிக்காவில் தாங்கினார். புரூக்ளின் நகரில் ஒரு வேலையில் சேர்ந்தார்.

அமெரிக்காவில் அவர் கண்ட காட்சி, அவருக்கிருந்த பல பிரமைகளைப் போக்கியது. சமத்துவம், சுதந்தரம் என்ற சொற்றொடர்களுக்குப் பின்னால், பெரும் அநீதியும் கோரமான வறுமையும் நர்த்தனம் புரிவதைக் கண்டு அவர் அதிர்ச்சி யடைந்தார். லட்சோப லட்சக்கணக்கான மக்கள் வறுமையில் ஆழ்த்தப்பட்டிருப்பதையும், நீக்ரோ மக்கள் 'கெட்டோ' என்றழைக்கப்படும் பாழடைந்த குடியிருப்புகளில் வேதனைப் பட்டு வாழ்வதையும் காண, அவர் மனம் வேதனைப்பட்டது.

அத்துடன் கறுப்பு இன மக்கள் மீதான இன ஒடுக்குமுறையும் இன பாகுபாடும் அவர் உள்ளத்தில் கொதிப்பை ஏற்படுத்தியது.

ஆறு மாதத்துக்குப் பின், நிகுயன் இங்கிலாந்துக்குப் போய்ச் சேர்ந்தார். அது, முதலாம் உலகப் போர் நடைபெற்று வந்த நேரம். லண்டன் நகரில் அவருக்கு, ஆலங்கட்டிகளையும் பனிக் குவியலையும் அகற்றும் வேலை கிடைத்தது, பின்னர், பணக்கார வீடுகளில் கணப்பு எரிக்கும் வேலை கிடைத்தது. இந்த வேலைகளில் குறைந்த கூலியே கிடைத்தபோதிலும், அதைக் கொடுத்து நிகுயன் சிலரிடமிருந்து ஆங்கில மொழியைக் கற்றுக்கொண்டார்.

சில மாதங்கள் கழித்து ஹே மார்க்கெட் தெருவிலிருந்த கார்ல்டன் ஹோட்டலில் அவருக்கு ஒரு வேலை கிடைத்தது. பிரதம சமையல்காரருக்கு உதவியாளராக, அவர் கடுமையாக வேலை செய்ய வேண்டியிருந்தது. ஆனால் அவருடைய சிந்தனை முழுவதும், பிரான்ஸ் நாட்டுக்குச் செல்லவேண்டும் என்பதிலேயே இருந்தது. ஏனென்றால், வியத்னாம் நாட்டவர்கள் பலர் பாரீஸ் நகரில் இருந்தனர். அவர்கள் மூலம் தனது நாட்டில் நடைபெற்றுவரும் நிகழ்ச்சிகளை அறிந்துகொள்ள முடியு மென்று நிகுயன் கருதினார்.

பாரீஸிலிருந்த பான்-சூ-டிரின் என்பவருடைய விலாசம் நிகுயனுக்குக் கிடைத்தது. வியத்னாம்காரரான பான் 1908-ம் ஆண்டில் பிரெஞ்சு எதிர்ப்பு நடவடிக்கைகளில் ஈடுபட்டதற்காக ராணுவ நீதிமன்றத்தால் மரணதண்டனை விதிக்கப்பட்டார். ஆனால் பிரெஞ்சு ஜனநாயகவாதிகளும் சோசலிஸ்ட்களும் மனித உரிமைக் கழகத்தினரும் தலையிட்டதன் காரணமாக, அவ ருடைய மரணதண்டனை ரத்து செய்யப்பட்டு ஆயுள்தண்டனை யாக மாற்றப்பட்டது. மூன்று வருடங்களுக்குப் பின்னர் விடுதலை செய்யப்பட்ட அவர், போலீஸ் கண்காணிப்பின் கீழ் பாரீஸில் வாழ்ந்து வந்தார்.

நிகுயன், அவருக்குக் கடிதம் எழுதி தனக்கு உதவ வேண்டு மென்று கேட்டுக்கொண்டார். அவரும் உதவுவதாக வாக்களித்து கடிதம் எழுதினார். 1917-ம் ஆண்டு இறுதியில், நிகுயன் பாரீஸ் நகரம் போய்ச் சேர்ந்தார்.

5. பிரான்சில் புதிய அனுபவம்

பாரீஸ் நகரில் சொந்தமாக ஒரு போட்டோ ஸ்டுடியோ வைத்திருந்தார் பான். நிகுயனை உதவியாளராகச் சேர்த்துக் கொண்டார். மேலும் அந்தக் கட்டிடத்தின் உரிமையாளரான வியத்னாமிய வழக்கறிஞர் பான் வான் ட்ரூங் என்பவர், நிகுயனை அந்தக் கட்டிடத்திலேயே தங்க அனுமதித்தார். அரசியலில் ஆர்வம் கொண்டிருந்த அந்த வழக்கறிஞரின் நூலகத்தில், பல மார்க்சிய நூல்களை முதன்முறையாக நிகுயன் பார்த்தார்.

வெகு விரைவிலேயே பாரீஸிலிருந்த வியத்னாமிய மக்களுடன் நிகுயன் நெருக்கமான தொடர்புகளை ஏற்படுத்திக்கொண்டார். அரசாங்கத்தின் உபகாரச் சம்பளம் பெற்று பாரீஸில் படிக்க வந்திருந்த வியத்னாமிய மாணவர்களுடனும், வசதிமிக்க வியத்னாமிய குடும்பங்களிலிருந்து மேல்படிப்புக்காக வந்திருந்த மாணவர்களுடனும் நிகுயன் தொடர்புகள் ஏற்படுத்திக் கொண்டார். அவர்கள் உள்ளத்தில் தேசபக்த உணர்வை ஏற்படுத்துவதற்கு, நிகுயன் அரும்பாடு பட்டதோடு அதில் வெற்றியும் பெற்றார். வெகுவிரைவில் நிகுயனுடைய செல்வாக்கு உயர்ந்தது. அவரது முன்முயற்சியின்

காரணமாக 'வியத்னாமிய தேசபக்தர்கள் கழகம்' என்ற பெயர் கொண்ட முதல் வியத்னாமியர்கள் அமைப்பு, பிரான்ஸ் நாட்டில் உருவாக்கப்பட்டது.

நிகுயன், மாலை நேரங்களிலும் ஓய்வு கிடைக்கும் நாள்களிலும் நூலகங்களுக்குச் செல்வார். அங்கேதான் முதன் முறையாக ஷேக்ஸ்பியர், சார்லஸ் டிக்கன்ஸ், லூ சூன், விக்டர் ஹியூகோ, எமிலி ஜோலா ஆகியோரின் நூல்களைப் படிக்கும் வாய்ப்பு அவருக்குக் கிடைத்தது. லியோ டால்ஸ்டாயின் நூல்களான 'போரும் அமைதியும்', 'அன்னா கரீனினா', 'புத்துயிர்ப்பு' போன்றவை, அவருடைய சிந்தனையோட்டத்தை மேலும் செழுமைப்படுத்தின.

பாரீஸுக்கு வந்த ஒரு சில வாரங்களுக்குள், நிகுயனுக்கு ஒரு வியப்பான செய்தி கிடைத்தது. ரஷ்ய நாட்டில் அக்டோபர் மாதத்தில் ஒரு புரட்சி நடைபெற்றதென்றும், 'போல்ஷ் விக்குகள்' என்றழைக்கப்படுபவர்கள் அதிகாரத்தைப் பிடித்திருக் கிறார்கள் என்றும், உழைக்கும் மக்கள், உலக வரலாற்றில் முதல் தடவையாக அதிகாரத்தைப் பிடித்திருக்கிறார்கள் என்றும் செய்திகள் கிடைத்தன. இந்தப் புரட்சியின் முழுத்தன்மையை, நிகுயனும் அவருடைய நண்பர்களும் புரிந்து கொள்ள முடியவில்லை. என்றபோதிலும், தொழிலாளிகள் ஆட்சிக்கு வந்திருப்பது மகத்தான விஷயமாக அவர்களுக்குத் தென்பட்டது.

நிகுயன், பிரெஞ்சு சோசலிஸ்ட் கட்சியின் பத்திரிகைகளைத் தொடர்ந்து படித்து ரஷ்யப் புரட்சியைக் குறித்த முழுவிபரங் களையும் விரைவில் தெரிந்துகொண்டார். படிப்படியாக, ஏகாதிபத்தியம் என்றால் என்ன? முதலாளித்துவம் என்றால் என்ன? காலனியாதிக்கம் என்றால் என்ன? என்பது போன்ற கேள்விகளுக்கு அவருக்கு விடை கிடைத்தது. அமெரிக்கா, பிரிட்டன், ஜெர்மனி, பிரான்ஸ், ஜப்பான் போன்றவை ஏகாதி பத்திய சக்திகள் என்பதையும், அவை, உலகம் முழுவதிலுமுள்ள நாடுகளை, தங்களுடைய காலனிகளாக வைத்துக்கொண்டு அங்குள்ள மக்களை அடக்கி ஒடுக்கி அந்த நாடுகளின் செல்வ ஆதாரங்களைக் கொள்ளையடித்து வருகின்றன என்பதையும், ஒடுக்கப்படும் நாட்டு மக்களுக்கு இந்த ஏகாதிபத்திய சக்திகளிடமிருந்து எவ்வித ஆதரவும் கிடைக்கப்போவதில்லை என்பதையும் நிகுயன் தெளிவாகப் புரிந்துகொண்டார்.

வியத்னாம் நாட்டு மக்களை ஒடுக்கிவரும் பிரெஞ்சு ஏகாதி பத்தியம், அதே பிரான்ஸ் நாட்டின் உழைக்கும் மக்களையும் ஒடுக்கி வருவதைக் கண்ட நிகுயன் ஒரு முடிவுக்கு வந்தார். 'வியத்னாம் மக்களின் எதிரியும், பிரெஞ்சு உழைக்கும் மக்களின் எதிரியும் ஒன்றேதான் - பிரெஞ்சு ஏகாதிபத்தியம்.

பிரெஞ்சு சோஷலிஸ்ட் கட்சி நடத்திவந்த 'லா ஹ்யூமானிதே' பத்திரிகையை நிகுயன் தொடர்ந்து படித்து வந்ததோடு, அக்கட்சியின் கூட்டங்களிலும் மாநாடுகளிலும் விவாதங் களிலும் தவறாமல் கலந்துகொண்டார். காலனி நாட்டு மக்க ளுக்கு ஆதரவு தெரிவிக்கும் ஒரே பிரெஞ்சு அரசியல் கட்சி, சோஷலிஸ்ட் கட்சி மட்டுமேயாகும்! படிப்படியாக, சோசலிஸ்ட் கட்சியிலும் தொழிற்சங்க இயக்கத்திலும் பல தலைவர்களுட னும் நெருங்கிப் பழகும் வாய்ப்பு நிகுயனுக்குக் கிடைத்தது.

1918-ம் ஆண்டின் இறுதியில் நிகுயன், பிரெஞ்சு சோசலிஸ்ட் கட்சியின் உறுப்பினரானார். வியத்னாம் நாட்டைச் சேர்ந்த ஒருவர், பிரெஞ்சு அரசியல் கட்சி ஒன்றில் உறுப்பினராவது அதுதான் முதல் தடவையாகும்! தன்னுடைய பெயரையும் 'தேசபக்தன் நிகுயன்' என்று அவர் மாற்றிக்கொண்டார்.

1918-ம் ஆண்டில் முதல் உலக யுத்தம் முடிவுற்றவுடன், 1919-ம் ஆண்டு ஜனவரி மாதத்தில் பிரான்ஸ் நாட்டிலுள்ள வெர் செய்ல்ஸ் நகரில் ஒரு சமாதான மாநாடு நடைபெற்றது. பெயர்தான் சமாதான மாநாடு! ஆனால் நடைமுறையில் இது, யுத்தத்தில் வெற்றிபெற்ற ஏகாதிபத்திய நாடுகள் யுத்தத்தில் கிடைத்த ஆதாயங்களையும் உலக சந்தையையும் பங்கு போட்டுக்கொள்வதற்காகக் கூட்டப்பட்ட மாநாடேயாகும்.

'வியத்னாம் நாட்டின் மனு' என்ற தலைப்பில் தேசபக்தன் நிகுயன், இந்த மாநாட்டுக்கு ஒரு கோரிக்கை பட்டியலைச் சமர்ப்பித்தார். அதில், அனைத்து வியத்னாம் அரசியல் கைதிகளுக்கும் மன்னிப்பு அளிக்கவேண்டும், பத்திரிகைச் சுதந்தரம், கருத்துச் சுதந்தரம் அளிக்கவேண்டும், கூட்டம் கூடும் உரிமை, சங்கம் சேரும் உரிமை, அயல்நாட்டுக்கு குடியேற சுதந்தரம், கல்விகற்றுத்தர சுதந்தரம், வியத்னாம் முழுவதிலும் தொழில்நுட்ப பயிற்சிப் பள்ளிகள் நிறுவுவதற்கு உரிமை, பிரெஞ்சு நாடாளுமன்றத்தில் வியத்னாம் மக்களின் தேர்ந்

தெடுக்கப்பட்ட பிரதிநிதிக்குழு இருக்க வழிசெய்தல், ஐரோப்பியர்களுக்கு இருப்பது போன்று வியத்னாமியர்களுக்கும் நீதித்துறை பாதுகாப்பு, வியத்னாமில், ஒடுக்குமுறையின் சின்னமாக விளங்கும் விசேஷ டிரிபியூனல்களை ஒழித்தல் போன்ற கோரிக்கைகளை அவர் முன்வைத்தார்.

தேசபக்தன் நிகுயன், சமாதான மாநாட்டுக்கு இந்த கோரிக்கை பட்டியலைச் சமர்ப்பித்ததோடு நிற்கவில்லை. இதன் பிரதிகளை, ஒவ்வொரு பத்திரிகை அலுவலகத்துக்கும் தானே நேரில் சென்று கொடுத்தார். பிரெஞ்சு சோசலிஸ்ட்களுக்குக் கொடுத்தார். வியத்னாமிலிருந்த தேசபக்தர்களுக்குத் தபால் மூலம் அனுப்பினார். ஆனால், பிரெஞ்சு போலீசார் அவற்றைக் கைப்பற்றி 'தேசபக்தன் நிகுயனைக்' குறித்து விபரம் சேகரிக்க ஆரம்பித்தனர். இந்த விபரங்களை அறிந்த நிகுயன், கப்பல் மாலுமிகள் மூலம் ரகசியமாக இந்தக் கோரிக்கை பட்டியலை வியத்னாமுக்கு அனுப்பிவைத்தார். வியத்னாம் தேசபக்தர்களிடையே இது பெரும் உற்சாகத்தை ஏற்படுத்தியது.

வெர்செய்ல்ஸ் மாநாடு, காலனி நாட்டு மக்கள் பிரச்னையை பரிசீலிக்கக்கூட இல்லை. அனைத்தும் நிராகரிக்கப்பட்டன. ஆனால் தேசபக்தன் நிகுயன் செய்த வேலையானது, பல நாடுகளிலிருந்த வியத்னாமிய தேசபக்தர்கள் மற்றும் அரசியல் வாதிகளிடையே அவரை மிகவும் பிரபலமானவராக்கியது. பிரெஞ்சு அரசாங்கம், நிகுயனை ஆபத்தானவராகக் கருதியதால், அவரைப்பின் தொடரும்படி ரகசிய போலீசை ஏவிவிட்டது.

நிகுயன் தயாரித்த மனுவை 'லா ஹீமானிதே' பத்திரிகை, 'நாடுகளின் உரிமைகள்' என்ற தலைப்பில் வெளியிட்டு பிரபலப் படுத்தியது. நிகுயன் அதை துண்டுப்பிரசுரமாக அச்சடித்து, பல்வேறு பிரெஞ்சு ஜனநாயக அமைப்புகள் நடத்தும் கூட்டங்களில் கொண்டுபோய் தானே விநியோகித்தார்.

பாரீஸிலிருந்த பல பத்திரிகையாளர்களின் தொடர்பு நிகுயனுக்குக் கிடைத்தது. அதில் ஒருவர் 'வெகுஜனம்' என்ற சோசலிஸ்ட் பத்திரிகையின் ஆசிரியரான ஜீன் லாங்கே என்பவர். இவர், விஞ்ஞான சோசலிச கருத்தை உருவாக்கிய மாமேதை காரல்மார்க்சின் பேரனாவார். நிகுயன், பிரெஞ்சு மொழியில் கட்டுரைகள் எழுதுவதற்கு முதலில் மிகவும் சிரமப்பட்டார்.

ஆனால், ஜீன் லாங்கே போன்ற நண்பர்களின் உதவியால் அந்தச் சிரமத்தைச் சமாளித்துவிட்டார்.

ரஷ்யப்புரட்சியைக் குறித்தும், லெனினைக் குறித்தும் தனக்கு விளக்கிக் கூறும்படி தனது சோசலிஸ்ட் நண்பர்களை அவர் பெரிதும் நச்சரித்து வந்தார். ஏனென்றால், ரஷ்யாவின் புரட்சி அரசாங்கத்துக்கெதிராக பிரெஞ்சு அரசாங்கமும் முதலாளித்துவப் பத்திரிகைகளும் அவதூறு பிரசாரத்தைக் கட்டவிழ்த்து விட்டிருந்தன. பாரீஸ் நகரம் முழுவதும் பல சுவரொட்டிகள் ஒட்டப்பட்டிருந்தன. ரத்தம் தோய்ந்த கத்தியை வாயில் கவ்வி யிருக்கும் ஒரு போல்ஷ்விக், ஒரு பெண்ணின் தலைமுடியைப் பலவந்தமாகப் பிடித்து இருப்பது போலவும், அதன் பின்னணி யில் விவசாயிகளின் குடிசைகள் எரிந்துகொண்டிருப்பதைப் போலவும் ஒரு சுவரொட்டி ஒட்டப்பட்டிருந்தது. மற்றொரு சுவரொட்டியில், ரஷ்யா பசி வேதனையுடன் துடிப்பது போல சித்திரிக்கப்பட்டிருந்தது.

ஏகாதிபத்திய அரசாங்கங்களின் இத்தகைய ஏமாற்று வேலைகள் விரைவிலேயே அம்பலமாயின. ரஷ்யப் புரட்சி எத்தகைய மகத்தான சாதனைகளைப் புரிந்துவருகிறது என்பதும், தொழிலாளிகளும் விவசாயிகளும், அடிமைத் தளையிலிருந்தும் சுரண்டலில் இருந்தும் விடுபட்டு சமத்துவமுள்ளவர்களாக மாறியிருக்கிறார்கள் என்ற தகவலும், நிகுயனை மகிழ்ச்சி யடையச் செய்தது.

பிரெஞ்சு ஏகாதிபத்தியமும் இதர ஏகாதிபத்திய அரசாங்கங்களும் ரஷ்யப்புரட்சி அரசாங்கத்துக்கெதிராக அவதூறு பிரசாரம் செய்ததோடு நின்றுவிடவில்லை, 1918-ம் ஆண்டின் இறுதியில், ரஷ்யாவில் தலையிடுவதற்கு ஆயுதப் படைகளை அனுப்பின. ஆங்கிலேய பிரெஞ்சுக் கடற்படைகள் சோவியத் நாட்டின் செவஸ்டாபூல் மற்றும் ஒடெஸ்ஸா துறைமுகங்களில் புகுந்தன. சோவியத் நாட்டின் சில பகுதிகளைக் கைப்பற்றி, வடக்குப் பகுதியில் முன்னேறிச் செல்ல ஆரம்பித்தன.

சோவியத் குடியரசுக்கு எதிரான இந்த ராணுவத் தலையீட்டைக் கண்டித்து, பிரான்ஸ் நாட்டின் தொழிலாளிகள் வெகுஜன நடவடிக்கைகளில் இறங்கினர். ஏராளமான கண்டனக் கூட்டங்கள் தொடர்ந்து நடைபெற்றன. இவைகளில் நிகுயன்

கலந்துகொண்டதோடு, இந்தத் தலையீட்டுக்கெதிரான துண்டுப் பிரசுரங்களை சோசலிஸ்ட்களோடு சேர்ந்து தெருத்தெருவாக விநியோகித்தார்.

சோவியத்யூனியன் மீது நடத்தப்பட்ட ஆங்கிலேய - பிரெஞ்சுப் படையெடுப்பு படுதோல்வி அடைந்தது. கிளர்ச்சியில் இறங்கிய தனது சிப்பாய்களுக்கு, பிரெஞ்சு அரசாங்கம் கடுங்காவல் கடின உழைப்பு தண்டனை வழங்கியது.

6. மூன்றாவது அகிலம் உதயமாகிறது

ரஷ்யப் புரட்சிக்குப்பின், சோவியத் சோச லிசக் குடியரசின் முதல் தலைவரான லெனின், உலகத் தொழிலாளி வர்க்க இயக் கத்தை போர்க்குணமிக்க புரட்சிகர சக்தியாக உருவாக்கும் பொருட்டு மூன்றாவது அகி லத்தை (Third International) உருவாக்கினார்.

இதைத் தொடர்ந்து, முதலாளித்துவ நாடு களின் தொழிலாளி வர்க்க இயக்கங்களில் பெரும் கருத்துப் போராட்டம் தீவிரமாக உருவெடுத்தது. அந்த இயக்கங்களிலிருந்த புரட்சிகர சக்திகள், தங்களுடைய சீர்திருத்த வாத தலைவர்களுக்கெதிராக போர்க்கொடி உயர்த்தி கம்யூனிஸ்ட் கட்சிகளை நிறுவின.

பிரெஞ்சு சோசலிஸ்ட் கட்சியிலும் இதன் தாக்கம் தெளிவாகப் புலப்பட்டது. அந்தக் கட்சியின் இடதுசாரி பகுதியினர், மூன்றாவது அகிலத்தில் இணையவேண்டுமென்று கூறி னர். வலதுசாரி பகுதியினர் இரண்டாவது அகிலத்திலேயே இருக்க வேண்டுமென்று கூறினர்.

பாரீஸ் நகரில் பகுதிவாரியாக நடைபெற்ற கூட்டங்களில் நிகுயன் கலந்துகொண்டார். பிரெஞ்சுத் தொழிலாளி வர்க்கத்தின்

நலனுக்கு இரண்டாவது அகிலம் ஏற்றதா அல்லது மூன்றாவது அகிலம் ஏற்றதா என்பது குறித்து கடுமையான வாதப் பிரதிவாதங்கள் நடைபெற்றன. இந்த விவாதங்களைக் கண்டு நிகுயனுக்கு மிகவும் ஏமாற்றமாக இருந்தது. ஏனென்றால், இந்த விவாதங்கள் முழுவதும் பிரெஞ்சுத் தொழிலாளி வர்க்கத்தின் எதிர் காலத்தைக் குறித்து மட்டுமே இருந்தன. காலனி நாட்டு மக்களின் எதிர்காலம் குறித்து ஒரு வார்த்தைகூட பேசப்பட வில்லை. பொறுமையிழந்த நிகுயன், ஒரு கூட்டத்தில் பேச அனுமதி கேட்டு தனது கவலையை உணர்ச்சி பொங்க வெளிப்படுத்தினார்:

'அருமை நண்பர்களே! நீங்கள் அனைவரும் சோசலிஸ்ட்கள். அது மிகவும் அருமையானது. நீங்கள் அனைவரும் தொழிலாளி வர்க்கத்தை விடுதலை செய்யவேண்டுமென்று விரும்புகின் றீர்கள். அவ்வாறானால், இரண்டாவது அகிலத்துக்கும் மூன்றாவது அகிலத்துக்கும் இரண்டரையாவது அகிலத்துக்கும் என்ன வித்தியாசம்? எந்த அகிலத்தில் நீங்கள் சேர்ந்தாலும், நீங்கள் ஒன்றாகத்தான் செயல்பட வேண்டும். ஏனென்றால், உங்கள் அனைவருக்கும் ஒரே லட்சியம்தான் உள்ளது. ஏன் பெரிதாக விவாதித்துக் கொண்டிருக்கின்றீர்கள்? நீங்கள் விவாதித்துக் கொண்டிருக்கும் இந்த நேரத்தில், இந்தோ-சைனாவில் உள்ள எனது தோழர்கள், காலனியாதிக்க நுகத்தடி யின்கீழ் வெந்து வேதனைப்பட்டுக்கொண்டிருக்கிறார்கள்...'

ஜுலை 16, 17 தேதிய 'லா ஹுமானிதே' பத்திரிகையை வரி விடாமல் படித்துக்கொண்டிருந்த நிகுயனுக்கு, ஒரு பெரிய செய்தியைக் கண்டதும் அதிர்ச்சி கலந்த மகிழ்ச்சி ஏற்பட்டது. மூன்றாவது கம்யூனிஸ்ட் அகிலத்தின் இரண்டாவது மாநாட்டில், தேசிய மற்றும் காலனி நாட்டு பிரச்னைகளைக் குறித்து விவாதிப்பதற்காக லெனின் தயாரித்திருந்த குறிப்பு அந்தப் பத்திரிகையில் பிரசுரமாகியிருந்தது. லெனின் அந்தக் குறிப்பில் பின்வருமாறு கூறியிருந்தார்:

'தேசிய மற்றும் காலனி நாட்டுப் பிரச்னைகள் குறித்த கம்யூ னிஸ்ட் அகிலத்தின் கொள்கை முழுவதும், பாட்டாளி வர்க்கத் தினருக்கும் உழைக்கும் மக்களுக்குமிடையே ஒரு நெருக்கமான பிணைப்பை ஏற்படுத்த வேண்டும். இந்தப் பிணைப்பு மட்டுமே முதலாளித்துவம் மீதான வெற்றியை உறுதிசெய்யும். இதைச் செய்யாமல், தேசிய ஒடுக்குமுறை என்பதையோ அசமத்துவம்

என்பதையோ ஒழித்துக் கட்டுவது நடக்காத காரியம். இத்தகைய நாடுகளில் நடைபெறும் முதலாளித்துவ - ஜனநாயக விடுதலை இயக்கத்துக்கு, அனைத்து கம்யூனிஸ்ட் கட்சிகளும் உதவிசெய்ய வேண்டும்.'

லெனினுடைய இந்தக் குறிப்பை நிகுயன் திரும்பத் திரும்பப் படித்தார். லெனினுடைய ஒவ்வொரு வார்த்தையும் அவருக்கு அளித்த மகிழ்ச்சியை வார்த்தைகளில் வர்ணிக்க இயலாது. ஒன்பதாண்டுகளாக அவர் தேடிவந்த வழி கிடைத்துவிட்டது. லெனினுடைய வழிகாட்டல் மூலமே, வியத்னாம் நாடு தனது காலனி ஆதிக்கத்திலிருந்து விடுபட்டு சுதந்தரத்தைப் பெறமுடியும். லெனின் தலைமையிலான மூன்றாவது அகிலமே, உலகத்தின் ஏழை எளிய பாட்டாளி மக்களை சுரண்டல் கொடுமையிலிருந்து விடுவிக்கமுடியும் என்ற உறுதியான முடிவுக்கு நிகுயன் வந்தார்.

'லா ஹீமானிதே' பத்திரிகையைப் படித்து முடித்ததும் நிகுயன் மூன்றாவது அகிலத்துடன் இணையவேண்டுமென்று குழுவுக்கு ஒரு கடிதத்தை அனுப்பினார். தன்னை, அந்தக் குழுவின் ஓர் உறுப்பினராகச் சேர்த்துக்கொள்ளும்படி அவர் அந்தக் கடிதத்தில் கேட்டுக்கொண்டார். குழுவினரும் அவருடைய வேண்டு கோளை ஏற்று அவரை உறுப்பினராக்கினர். அதிலிருந்து, சோசலிஸ்ட் கட்சி மூன்றாவது அகிலத்துடன் இணைக்கப்பட வேண்டுமென்ற கருத்தை வலியுறுத்தி அவர் தொழிலாளர் கூட்டங்களில் பேசத் தொடங்கினார். லெனினுடைய எதிரி களையும் மூன்றாவது அகிலத்தின் எதிரிகளையும் அவர் கடுமையாகச் சாடினார். 'காலனி ஆதிக்கத்தை நீங்கள் கண்டிக்க வில்லையென்றால், காலனி நாட்டு மக்களுக்கு நீங்கள் ஆதரவைத் தெரிவிக்கவில்லையென்றால், என்ன புரட்சியை நீங்கள் செய்துவிட முடியும்?' என்று அவர் கேட்ட கேள்விக்கு, இளம் தொழிலாளிகள் பலத்த கரவொலி எழுப்பி ஆதரவு தெரிவித்தனர்.

மாநாட்டு விவாதங்கள் டிசம்பர் 29-ஆம் தேதி நள்ளிரவில் முடிவுற்று, தீர்மானங்கள்மீது வாக்கெடுப்பு நடைபெற்றது. மூன்றாவது அகிலத்துடன் இணையவேண்டுமென்பதற்கு ஆதரவாக 70 சதவிகித பிரதிநிதிகள் வாக்களித்தனர். இதில் நிகுயனின் வாக்கும் அடங்கும். வலதுசாரி பிரிவினரும் சமரச வாதிகளும் மாநாட்டை விட்டு வெளியேறினர். பெரும்பான்மை

யினர் முடிவை ஏற்க முடியாதென்றனர். எனவே, மாநாட்டி லேயே இருந்தவர்கள் பிரெஞ்சு கம்யூனிஸ்ட் கட்சியை உருவாக்கினர். அது கம்யூனிஸ்ட் அகிலத்தின் பிரெஞ்சுப் பகுதியாயிற்று.

30-ம் தேதி அதிகாலை இரண்டரை மணிக்கு பிரெஞ்சு கம்யூனிஸ்ட் கட்சி, தன்னுடைய முதல் மாநாட்டைத் (காங்கிரசை) தொடங்கியது. அந்தச் சில நிமிடங்கள் பிரெஞ்சுத் தொழிலாளி வர்க்க இயக்கத்துக்கு மட்டுமல்ல, வியத்னாமிய தேசிய விடுதலை இயக்கத்தில் லெனினிய பதாகையை உயர்த்திப் பிடித்த முதல் வியத்னாமிய கம்யூனிஸ்டான ஹோ-சி-மின் என்ற நிகுயனின் வாழ்விலும் மகத்தான நிமிடங்களாகும்.

நிகுயன் விரைவிலேயே பிரெஞ்சு கம்யூனிஸ்ட் கட்சியின் பிரபலமான உறுப்பினர்களுள் ஒருவராக மாறினார். கட்சியின் மத்திய கமிட்டி அலுவலகத்துக்கு தொடர்ந்து போய்வர ஆரம்பித்தார். சோவியத் ரஷ்யா மீது பிரெஞ்சு அரசாங்கம் விதித்துள்ள பொருளாதார முற்றுகையை வாபஸ் வாங்க வேண்டுமென்றும், அதனுடன் ராஜ்ஜிய உறவுகள் ஏற்படுத்திக் கொள்ள வேண்டுமென்றும் வலியுறுத்தினார்.

பிரெஞ்சு கம்யூனிஸ்ட் கட்சியின் காலனி நாடுகள் குறித்த குழுவின் உறுப்பினராக நியமிக்கப்பட்ட நிகுயன், அதன் இந்தோ-சைனா பிரிவுக்கு பொறுப்பேற்றுக் கொண்டார். அல்ஜீரியா, டுனீசியா, மடகாஸ்கர் போன்ற பிரெஞ்சுக் காலனிகளிலிருந்து வரும் முற்போக்கான இளைஞர்களை அங்கே சந்தித்துப் பேசிய நிகுயன், 1921 ஜூலை மாதத்தில் 'காலனி நாடுகள் சங்கம்' (Inter colonial union) என்ற அமைப்பை உருவாக்கினார். அதன் நிர்வாகக் குழுவுக்கும் அவர் தேர்ந் தெடுக்கப்பட்டார். நிகுயனின் யோசனைப்படி காலனி நாடுகளின் சங்கம் 'லே பரியா' (Le Paria) என்ற பத்திரிகையை வெளியிட்டது. இந்தப் பத்திரிகையை நடத்துவதற்கு உதவி புரியும்படி, சர்வதேச முற்போக்கு எழுத்தாளர் கழகத்தின் தலைவராயிருந்த ஹென்றி பார்புஸேயிடம் நிகுயன் வேண்டு கோள் விடுத்தார். அனதோ பிரான்ஸ், பெர்னாட்ஷா, அப்டன் சிங்க்லேர், ரவீந்திரநாத் தாகூர் போன்ற உலகப் புகழ்பெற்ற எழுத்தாளர்கள் இந்தக் கழகத்தின் உறுப்பினராவார்கள். நிகுயனின் வேண்டுகோளுக்கிசைந்து பார்புஸ்ஸே, தனது

கட்டடத்தின் ஓர் அறையை இந்தப் பத்திரிகைக்காக ஒதுக்கிக் கொடுத்தார்.

நிகுயனை ஆசிரியராகக் கொண்ட இந்தப் பத்திரிகையின் முதல் இதழ் 1922, ஏப்ரல் 1-ம் தேதியன்று வெளியானது. அது பிரெஞ்ச், அரபி, சீனம் ஆகிய மூன்று மொழிகளில் வெளியானது. நிகுயனின் எழுத்தும் பெயரும் மிகவும் பிரபலமாயின. இதைத் தொடர்ந்து பிரெஞ்சுப் போலீஸ், நிகுயனை இரவும் பகலும் தொடர்ந்து கண்காணிக்க ஆரம்பித்தது. பிரெஞ்சு அரசாங்கத்தின் காலனி நாடுகளுக்கான அமைச்சரகம், இந்தப் பத்திரிகை தேசத்துரோகமான பத்திரிகை என்று கூறி, அதன் காலனி நாடுகளுக்குள் இது போவதைத் தடைசெய்தது.

இதே சமயத்தில் நிகுயனுக்கு மிகவும் மகிழ்ச்சியான செய்தியொன்று கிடைத்தது. கம்யூனிஸ்ட் அகிலத்தின் நிர்வாகக் குழு, அதன் தலைமையகத்தில் பணியாற்றும் பொருட்டு நிகுயனை மாஸ்கோவுக்கு அனுப்பிவைக்கும்படி பிரெஞ்சு கம்யூனிஸ்ட் கட்சியைக் கேட்டுக்கொண்டது. பிரெஞ்சு கம்யூனிஸ்ட் கட்சியின் 3-வது மாநாட்டுக்கு வந்திருந்த கம்யூனிஸ்ட் அகிலத்தின் நிர்வாகக்குழு உறுப்பினர் மனுல்ஸ்கி என்பவர், நிகுயன் நிகழ்த்திய உரையைக் கேட்டபின் அவருடன் விவாதம் நடத்தியுள்ளார். நிகுயனைக் குறித்து அவர் கூறிய தகவல்களைக் கேட்ட கம்யூனிஸ்ட் அகிலத்தின் நிர்வாகக்குழு, நிகுயனை அகிலத்தின் தலைமையகப் பணிகளில் ஈடுபடுத்த முடிவு செய்து இந்த வேண்டுகோளை அனுப்பியது.

நிகுயனுக்கு இந்தத் தகவல் தெரிவிக்கப்பட்டதும், அவர் மிகுநத மகிழ்ச்சியும் வியப்பும் அடைந்தார். லெனினைப் பார்க்க வேண்டுமென்ற தனது கனவு நனவாகப் போகின்றதா? தான் கேட்ட தகவலை அவரால் நம்பக்கூட முடியவில்லை. மாஸ்கோ புறப்பட, உடனே அவர் தயாரானார். பிரெஞ்சு அரசாங்கம் தொடர்ந்து சோவியத் அரசாங்கம் மீது பகைமை கொண்டிருந்த தால், பிரான்சிலிருந்து யாரும் சோவியத் யூனியனுக்குப் போக முடியாது. எனவே, ஜெர்மனி வழியாக நிகுயன் மாஸ்கோவுக்கு அனுப்பி வைக்கப்பட்டார்.

நிகுயன், தன்னைப் பின்தொடரும் போலீஸ் பார்வையிலிருந்து ஒரு நாள் மாலை நேரத்தில் தப்பி, பணக்கார வியாபாரி போல வேஷமிட்டு, பாரீஸ் - பெர்லின் எக்ஸ்பிரஸ் வண்டியில் முதல்

வகுப்பு டிக்கெட் எடுத்து ஜெர்மனியை நோக்கிச் சென்றார். சோவியத் அரசாங்கம் செய்த ஏற்பாட்டின்படி, அங்கிருந்து கப்பலில் புறப்பட்டு 1923 ஜுன் 30-ம் தேதியன்று பெட்ரோகிராட் வந்துசேர்ந்தார்.

நிகுயன் காணாமல் போனது பிரெஞ்சு ரகசியப் போலீசில் பெரும் பரபரப்பை ஏற்படுத்தியது. அவரைக் கண்டுபிடிக்க பெரும் முயற்சி செய்தது. ஆனால், எவ்வித விபரமும் அதற்குக் கிட்டவில்லை. ஓராண்டு காலத்துக்குப் பின்னர், மாஸ்கோவில் பிரெஞ்சு தூதரகம் திறக்கப்பட்ட பின்னர்தான், நிகுயன் மாஸ்கோவில் இருக்கிறார் என்ற விபரம் அதற்குக் கிடைத்தது.

7. மாஸ்கோ மாற்றங்கள்

நிகுயன் மாஸ்கோவுக்கு வந்து சேர்ந்ததும்,
கம்யூனிஸ்ட் அகிலத்தில் பணியாற்றும் இதர
தோழர்கள் தங்க வைக்கப்பட்டிருந்த லக்ஸ்
ஹோட்டலிலேயே தங்க வைக்கப்பட்டார்.
சோவியத் ரஷ்யாவைக் குறித்து முதலாளித்
துவப் பத்திரிகைகள் செய்த அவதூறுப்
பிரசாரம் எத்தகைய மோசடித்தன்மை
வாய்ந்தது என்பதை நிகுயன் கண்ணாரக்
கண்டார்.

நிகுயன், அகிலத்தின் நிர்வாகக்குழுவின்கீழ்
உள்ள கீழ்திசைப் பகுதியோடு இணைக்கப்
பட்டார். தன்னுடைய பொறுப்பை ஏற்றுக்
கொண்டதும் அவர், அகிலத்தின் தலைமைக்
குழுவுக்கு ஒரு கடிதம் எழுதினார். அதில்,
இந்தோ - சைனா உள்ளிட்ட காலனி நாடுகள்
மற்றும் சார்பு நாடுகளின் விடுதலை
இயக்கங்கள் குறித்து அதிகக் கவனம் செலுத்த
வேண்டுமென்று கேட்டுக்கொண்டார்.

மாஸ்கோ வந்துசேர்ந்த ஒரு சில நாள்
களுக்குள்ளேயே அவருக்கு ஏராளமான
நண்பர்கள் கிடைத்தனர்.

1923 அக்டோபர் மாதம், மாஸ்கோவில் ஒரு
விவசாயப் பொருள்காட்சி நடைபெற்றது.

அதையொட்டி சர்வதேச விவசாயிகள் மாநாடொன்றும் நடை பெற்றது. அதில், இந்தோ-சைனாவில் உள்ள பிரெஞ்சு காலனி நாட்டு விவசாயிகள் சார்பாக நிகுயன் சிறப்புரையாற்றினார். இந்தோ-சைனாவில் உள்ள விவசாயிகள் பொதுவாக விவசாயி என்ற முறையிலும், ஒரு காலனி நாட்டின் விவசாயிகள் என்ற முறையிலும் இரட்டை ஒடுக்குமுறைச் சுமைக்கு ஆளாகி யுள்ளனர் என்று நிகுயன் கூறினார். 'கீழ்திசை நாடுகள் முழுவதிலு முள்ள விவசாய மக்களை, குறிப்பாக மிகக் கொடூரமான சுரண்டலுக்கும் ஒடுக்குமுறைக்கும் ஆளாகியுள்ள காலனி நாட்டு விவசாயிகளை இந்த இயக்கத்துக்குள் கொண்டுவராமல், நமது அகிலமானது உழைக்கும் மக்களின் ஒரு உண்மையான சர்வதேச அமைப்பாக ஆகமுடியாது' என்றும் நிகுயன் தெளிவுபட அந்த மாநாட்டில் எடுத்துரைத்தார்.

நோய்வாய்ப்பட்டிருந்த லெனின் விரைவில் குணம்பெற வேண்டுமென்று வாழ்த்துச் செய்தி அனுப்பிய பின், மாநாடு, சர்வதேச விவசாயக் கவுன்சிலையும் அதன் தலைமைக் குழுவையும் தேர்ந்தெடுத்தது. நிகுயன் மற்றும் ஜப்பான் கம்யூனிஸ்ட் கட்சியின் நிறுவன உறுப்பினர்களுள் ஒருவரான சென் கட்டயாமா ஆகிய இருவரும் ஆசிய நாடுகள் சார்பாக தலைமைக் குழுவுக்குத் தேர்ந்தெடுக்கப்பட்டனர். நிகுயனின் முழு உரையும் அக்டோபர் 12-ம் தேதிய 'பிராவ்தா' நாளிதழில் வெளியாகியிருந்தது.

நிகுயன் தனது பணியோடு கூடவே, சோவியத் பத்திரிகை களுக்கும் 'லா ஹூமானிதே', 'லே பரியா' போன்ற பிரெஞ்சுப் பத்திரிகைகளுக்கும் தொடர்ந்து கட்டுரைகள் எழுதி வந்தார்.

பிரெஞ்சு மொழியில் நிகுயன் எழுதிய 'குற்றவாளிக் கூண்டில் பிரெஞ்சுக் காலனியாதிக்கம்' என்ற புத்தகம், 1925-ம் ஆண்டில் பாரீசில் வெளியிடப்பட்டது. இதில், 1920-ம் ஆண்டிலிருந்து 1925-ம் ஆண்டு வரைப்பட்ட காலத்தில் நிகுயன் எழுதிய கட்டுரைகளும் குறிப்புகளும் இடம்பெற்றிருந்தன.

இந்தப் புத்தகத்தின் சில பிரதிகள் வியத்னாமுக்குள் சென்றன. அது, தேசபக்த வியத்னாமிய இளைஞர்களின் கவனத்தைக் கவர்ந்திழுத்தது. ஏகாதிபத்தியம் என்பது அனைத்து ஒடுக்கப் பட்ட மக்களின் மிகவும் ஆபத்தான பொது எதிரியாகும். எனவே, வியத்னாமின் தேசிய விடுதலைக்கான போராட்டமென்பது

காலனியாதிக்க அடிமைத்தனத்திலிருந்து விடுதலை பெறுவதற் காக உலகம் முழுவதும் நடைபெறும் போராட்டத்தின் பகுதியாகும் என்பதை, நிகுயன் அந்த நூலில் தெளிவுபட சுட்டிக்காட்டியிருந்தார்.

மாஸ்கோ வந்தது முதலே, நிகுயனுக்கு லெனினைச் சந்தித்து அவருடன் உரையாட வேண்டும் என்ற தனியாத ஆசை இருந்தது. ஆனால் நோய்வாய்ப்பட்டிருந்த லெனின், மருத்துவர்களின் ஆலோசனைப்படி யாரையும் சந்திக்க அனுமதிக்கப்படவில்லை. எனினும், லெனின் குணமடைந்தவுடன் அவரைச் சந்தித்து விடலாம் என்ற நம்பிக்கையுடன் இருந்த நிகுயனுக்கு, 1924 ஜனவரி 21- ந் தேதி காலையில் மிக அதிர்ச்சியான அந்தச் செய்தி கிடைத்தது.

அச்சமயத்தில், நிகுயன் காலை உணவு உண்டுகொண்டிருந்தார். லெனின் மறைந்த செய்தி அவருக்குத் தெரிவிக்கப்பட்டபொழுது நிகுயனால் முதலில் அதை நம்பவே முடியவில்லை. ஹோட்டலுக்கு வெளியே அரசாங்கக் கொடி அரைக் கம்பத்தில் பறந்துகொண்டிருப்பதைக் கண்டுதான் அந்தச் செய்தியை நம்பினார். லெனினைச் சந்திக்க முடியாததை, தன் வாழ்நாளில் ஏற்பட்ட மிகப்பெரிய இழப்பாக நிகுயன் கருதினார். லெனினுக்கு இறுதி அஞ்சலி செலுத்த அவர் புறப்பட்டார்.

அந்த ஜனவரி 24-ம் தேதியானது ரஷ்ய குளிர்காலத்தின் உச்சகட்ட நேரமாகும். பூஜ்யத்துக்கு கீழே மைனஸ் 40 டிகிரி (-40° C) சென்டிகிரேட். லெனினுடைய உடல் வைக்கப்பட்டிருந்த தொழிற்சங்க இல்லத்துக்கு, தான் அணிந்திருந்த சாதாரண உடையுடனே நிகுயன் புறப்பட்டுச் சென்றார். பல கிலோ மீட்டர் தூரத்துக்கு நின்றுகொண்டிருந்த மக்கள் வரிசையில் தானும் ஒருவனாக நின்று அன்று மாலையில் லெனின் உடலைக் கண்டு கண்கலங்க அஞ்சலி செலுத்தியபின், இரவு 10 மணிக்கு குளிரில் நடுங்கியபடியே நிகுயன் தனது அறைக்குத் திரும்பினார். இந்தக் குளிரில் நின்றதன் விளைவாக, அவருடைய காதும் காலின் மேல்பாகமும் கருமையாகி விட்டது. அது அவருடைய வாழ்நாள் முழுவதும் இருந்தது.

அகிலத்தின் கிழக்கத்தியப் பிரிவில் பணியாற்றிக்கொண்டே நிகுயன், கிழக்கத்திய உழைப்பாளி மக்களுக்காக நிறுவப் பட்டிருந்த கம்யூனிஸ்ட் சர்வகலா சாலையிலும் குறுகிய நாள்

பாடங்களைப் படித்தார். கிழக்கத்திய நாடுகளில் புரட்சிக்காரர் களைப் பயிற்றுவிப்பதற்காக 1921-ம் ஆண்டில் லெனினுடைய ஆலோசனைப்படி நிறுவப்பட்ட சர்வகலா சாலை இது.

நிகுயன், மாஸ்கோவில் முழு சுதந்தரத்துடனும் மிக்க மகிழ்ச்சி யுடனும் இருந்தார் என்றபோதிலும், தன்னுடைய தாய்நாட்டுக்கு விரைவில் சென்று தன்னுடைய புரட்சிகரப் பணிகளைத் தொடங்க வேண்டுமென்ற அவா அவர் உள்ளத்தில் மேலோங்க ஆரம்பித்தது. வியத்னாமிய அரசியல் அகதிகள் குவிந்து கொண்டிருக்கும் தெற்கு சீனாவுக்கு தன்னை அனுப்பும்படி நிகுயன், அகிலத்தின் தலைமையைக் கேட்டுக்கொண்டார். சீன நாட்டில் அமைக்கப்பட்டுள்ள சன் - யாட் சென்னுடைய அரசாங்கத்தின் புரட்சிகரத் திட்டத்தினால் கவர்ந்திழுக்கப்பட்டு ஏராளமான வியத்னாமிய அரசியல் அகதிகள் அச்சமயத்தில் தெற்கு சீனாவுக்கு வர ஆரம்பித்தனர். எனவேதான், அவர் களோடு தொடர்பு கொண்டு அடுத்தகட்ட புரட்சிப்பணிகளைத் தொடங்க நிகுயன் ஆர்வம் கொண்டார்.

அகிலத்தின் தலைமைக் குழு நிர்வாகிகளுள் ஒருவரான மனுல்ஸ்கி, நிகுயனுடன் விவாதம் நடத்தினார். நிகுயன் தன் திட்டத்தை அவரிடம் வெளிப்படுத்தினார். இந்தோ - சைனாவில் போல்ஷ்விக் வகைப்பட்ட கம்யூனிஸ்ட் கட்சியை உருவாக்க வேண்டிய தருணம் வந்துவிட்டது. அதற்கான புறச் சூழ்நிலையும் அங்கே உள்ளது என்று நிகுயன் கூறினார். வியத்னாமிய தொழிலாளி வர்க்கம் பலமடைந்து வருகிறது. பல தேசபக்தர்கள் நாட்டை விட்டுப்போய் காண்டன், ஷாங்காய், ஹாங்காங், மக்கோவா போன்ற தெற்கு சீனப்பகுதிகளில் குடியேறியுள்ளனர் என்று கூறிய நிகுயன், அவர்களிடையே புரட்சிகரப்பணி செய்ய வேண்டியது தன்னுடைய கடமையாகும் என்று கூறினார். ஏனென்றால், இந்தோ-சைனாவில் உருவாகவிருக்கின்ற கம்யூனிஸ்ட் கட்சியின் கருவாக அவர்கள்தான் விளங்குவார்கள் என்றும் நிகுயன் உறுதியாகக் கூறினார்.

நிகுயன் கூறிய அனைத்தையும் கவனமாகக் கேட்டுக் கொண் டிருந்த மனுல்ஸ்கி, அகிலத்தின் நிர்வாகக் குழு நிகுயனின் வேண்டுகோளை ஏற்றுக்கொண்டுள்ளதென்றும், அவரை அகிலத்தின் தூரக் கிழக்கத்தியச் செயற்குழுவுக்கு முழு அதிகாரமும் படைத்தவராக நியமிக்கிறதென்றும் கூறினார். தன்னுடைய நாட்டு மக்களை அணிதிரட்டி இந்தோ-சைனாவில்

கம்யூனிஸ்ட் கட்சியை நிறுவதற்கான தயாரிப்பைச் செய்வது தான் நிகுயனின் பிரதான வேலை என்று கூறிய மனுல்ஸ்கி, 'உங்களுடைய அறிவையும் அனுபவத்தையும் வைத்துப் பார்க்கும்பொழுது, இதர தென்கிழக்கு ஆசிய நாடுகளிலுள்ள புரட்சிக்காரர்களுக்கும் உதவிசெய்ய உங்களால் முடிந்ததனைத் தையும் செய்வீர்கள் என நிர்வாகக்குழு நம்புகின்றது' என்று கூறினார்.

சீனாவில் கோமிண்டாங் கட்சியின் தலைவரான டாக்டர் சன்-யாட்-சென்னின் அரசாங்கம் காண்டன் நகரை தலைநகராகக் கொண்டு செயல்படுகிறதென்றும், அவருடைய அரசியல் ஆலோசகராக மைக்கேல் பரோடின் செயல்படுகிறார் என்றும், அந்த மைக்கேல் பரோடின் சீனாவில் கம்யூனிஸ்ட் அகிலத்தின் பிரதிநிதி என்ற மற்றொரு முக்கியத் தகவலையும் மனுல்ஸ்கி கூறினார். எனவே, நிகுயன் காண்டனுக்குச் சென்றதும் மிகப் பழைய போல்ஷ்விக்கும் தலைமறைவு வாழ்க்கையில் அனு பவம் மிக்கவருமான மைக்கேல் பரோடினுடன் தொடர்பு கொள்ள வேண்டுமென்றும் மனுல்ஸ்கி கூறினார்.

நிகுயன் விளாடிவோஸ்டாக் நகரிலிருந்து கப்பலில் புறப்பட்டு காண்டனுக்கு வந்துசேர்ந்தார். அங்கே வந்து இறங்கியதுமே, அருகிலுள்ள தன்னுடைய வியத்னாம் நாட்டுக்கு வந்துவிட்டது போன்ற மகிழ்ச்சி நிகுயனுக்கு ஏற்பட்டது.

நிகுயன் அங்கே வந்துசேர்ந்த சமயத்தில், சீனத்தின் தேசிய - ஜனநாயகப் புரட்சி அதன் உச்சகட்டத்தை எட்டியிருந்தது. சீன முற்போக்காளரின் மிகவும் போற்றுதலுக்குரிய டாக்டர் சன்யாட் சென்னுக்கு தேசிய முதலாளித்துவ வர்க்கம் ஆதரவளித்தது. கம்யூனிஸ்ட்களுடன் கூட்டணி, சோவியத் ரஷ்யாவுடன் கூட்டணி, தொழிலாளிகள் - விவசாயிகள் இயக்கத்துக்கு ஆதரவு என்று 1923-ம் ஆண்டு முடிவில், டாக்டர் சன்யாட் சென் கொள்கைப் பிரகடனம் செய்திருந்தார். ஆனால் இந்தக் கொள்கைக்கு, கோமிண்டாங் கட்சியிலிருந்த சியாங்கே ஷேக் போன்ற பிற்போக்காளர்கள் கடும் எதிர்ப்பு தெரிவித்தனர்.

8. இந்தோ- சைனா கம்யூனிஸ்ட் கட்சி

காண்டனுக்கு வந்ததும் நிகுயன், அங்கே வசிக்கும் வியத்னாமிய குடியேற்றக்காரர் களுடன் தொடர்பு ஏற்படுத்திக்கொள்ள முயன்றார். அதில் வெற்றியும் பெற்றார். பாம் ஹாங் தாய் என்ற பயங்கரவாத வீரத்தியாகி யின் நண்பர்களை முதலில் சந்தித்துப் பேசினார். இந்தோ-சைனாவில் பிரெஞ்சு ஆளுநராக இருந்த மெர்லின் என்பவரை, வெடிவைத்து கொல்லமுயன்ற பாம் ஹாங் தாய், போலீசிடமிருந்த பிடிபடாமல் தப்புவதற்காக முத்து ஆற்றில் குதித்தார். ஆனால், நீர்ச்சுழலின் வேகத்தால் மூழ் கடிக்கப்பட்டு இறந்தார். அவருடைய சகத் தோழர்கள் அடுத்து என்ன செய்வதென்னு தெரியாமல் குழம்பிப்போயிருந்தனர். இப் பொழுது நிகுயன் அவர்களைச் சந்தித்து விவாதம் நடத்தினார்.

'லெனினுடைய மூத்த சகோதரர், ஜார் மன்னனை கொல்ல முயற்சித்தவர்களில் ஒருவர். அவர் பிடிபட்டு தூக்கில் போடப் பட்டார். ஆனால், லெனின் உள்ளிட்ட ரஷ்யப் புரட்சியாளர்கள் இந்த வழியைப் பின்பற்றாமல் புரட்சிகர தத்துவத்தைக் கொண்ட புரட்சிகர கட்சியை உருவாக்கிட

தங்கள் நாட்டை விடுவித்து புதிய பாதையில் செல்கின்றனர். நமது வியத்னாம் நாட்டை விடுதலை செய்ய வேண்டு மென்றால், நாமும் அதைப்போல் செய்யவேண்டும், என்று, நிகுயன் அவர்களுக்கு விளக்கிக் கூறினார். இதைச் செய்ய அரசியல் அறிவு வேண்டும் என்று கூறிய நிகுயன், காண்டனில் இளம் வியத்னாமிய புரட்சியாளர்களுக்கு அரசியல் கல்வி புகட்டப்பட வேண்டுமென்று கூறினார். அவர்களும் அதை ஏற்றுக் கொண்டனர்.

டிசம்பர் 18-ம் தேதியன்று நிகுயன், கம்யூனிஸ்ட் அகிலத்துக்கு பின்வரும் கடிதத்தை அனுப்பினார்.

'டிசம்பர் நடுவில் காண்டனுக்கு வந்துசேர்ந்தேன். நான் இப் பொழுது வியத்னாம்காரனல்ல, சீனாக்காரன். எனது பெயர் லீ சுய்.'

விரைவில் 'நாகரீகத் தெரு' என்று பெயர் கொண்ட ஒரு தெருவின் 13-ம் எண்ணுள்ள மூன்று மாடி கட்டடத்தில் உள்ள ஓர் அறையில் 'விசேஷ அரசியல் ஆய்வுக்கான குழு' என்ற பெயரில் ஓர் அமைப்பு தொடங்கப்பட்டது. அந்த அறையின் சுவர்களில் மார்க்ஸ், லெனின், ஸ்டாலின், சன்யாட் சென் மற்றும் பாம் ஹாங் தாய் ஆகியோரின் புகைப்படங்கள் மாட்டப்பட்டிருந்தன. வியத்னாமிலிருந்து கைதாகாமல் தப்பிவந்த இளைஞர்கள், ஒவ்வொரு புகைப்படத்தையும் பார்த்து வணக்கம் செலுத்தினர்.

அரசியல் வகுப்புகளை நிகுயனே நடத்தினார். சர்வதேச நிலைமை, ரஷ்ய அக்டோபர் புரட்சியின் வரலாறு, மூன்று அகிலங்களின் வரலாறு, தேசிய விடுதலை இயக்கம், சன்யாட் சென்னின் அரசியல் திட்டம் ஆகியவற்றை நிகுயன் விளக்கி னார். அத்துடன் பொருளாதார விஞ்ஞானங்கள், பத்திரிகைத் துறை, அந்நிய மொழிகள் ஆகியவையும் இங்கே கற்றுத்தரப் பட்டன.

மேலும், வியத்னாமிய புரட்சி எவ்வாறிருக்கக் கூடும், அதனுடைய தன்மை எப்படியிருக்கும், அதில், எந்த சமூக அரசியல் சக்திகள், சமூக வர்க்கங்கள் பங்கேற்கும் என்பது குறித்தும் இளம் புரட்சியாளர்கள் கேட்ட பல கேள்விகளுக்கு நிகுயன் பதிலளித்தார்.

'உழுபவனுக்கு நிலம்' என்பதே வியத்னாமில் தங்களுடைய பிரதான முழக்கமாகயிருக்க வேண்டுமென்று கூறிய நிகுயன்,

வியத்னாமிய தொழிலாளி வர்க்கம் மட்டுமே லட்சோப லட்சக் கணக்கான விவசாயிகளைத் திரட்டி, காலனியாதிக்கத்துக்கும் பிரபுத்துவத்துக்கும் எதிராக தலைமை தாங்கி போராட முடியுமென்றும், அது மட்டுமே மிகவும் உறுதியான போராக இருக்கமுடியும் என்றும் விளக்கிக் கூறினார்.

1925-ம் ஆண்டு ஜூன் மாத முடிவில் 'வியத்னாமிய புரட்சிகர இளைஞர் கழகம்' என்ற அமைப்பை நிகுயனும், அவருடைய இளம் நண்பர்களும் உருவாக்கினர். அதன் லட்சியத்தை நிகுயன் பின்வருமாறு விளக்கினார்:

'நமக்கு இன்று முக்கியமான விஷயம் - லெனினிசக் கோட்பாடு களின் அடிப்படைகளையும், அகிலத்தின் முடிவுகள் மற்றும் கட்டளைகளையும் பிரசாரம் செய்வதுதான். லெனினிசத்துக்கு மாற்றாக வேறொன்றும் கிடையாது என்பதை நாம் ஒருபோதும் மறக்கக் கூடாது. தக்க தருணத்தில் கம்யூனிஸ்ட் கட்சியை உரு வாக்குவதற்கான மேடையாக, இந்தக் கழகமும் அதனுடைய மேடையும் விளங்கவேண்டும்.'

இந்தக் கழகத்துக்குள்ளேயே ஒரு கம்யூனிஸ்ட் குழுவை உருவாக்கலாமென்று நிகுயன் யோசனை தெரிவித்தார். அது முதலில் ரகசியமாகச் செயல்படும். ஸ்தல அதிகாரிகளும், பிரெஞ்சு போலீசும் இந்தக் கழகத்தைக் குறித்து தெரிந்து கொள்ள முயற்சிப்பார்கள்.

எனவே, மக்களிடையே இந்த அமைப்புக்கு 'வியத்னாம் இளைஞர் கட்சி' என்று பெயரிடலாமென்று நிகுயன் கூறிய யோசனையையும் அனைவரும் ஏற்றுக்கொண்டனர். 'வாலிபர்' என்ற பத்திரிகையை நிகுயனை பிரதம ஆசிரியராகக் கொண்டு வெளியிடுவது என்று முடிவுசெய்யப்பட்டது. சைக்ளோ ஸ்டைல் செய்து அந்தப் பத்திரிகையின் பல நூறு பிரதிகள் விற்கப்பட்டன. முதலில் அது தெற்கு சைனாவில் உள்ள வியத்னாமிய குடியேற்றக்காரர்களிடையே விநியோகிக்கப் பட்டது. பின்னர் காண்டன், ஷாங்காய் போன்ற துறைமுகங்களின் மூலம் வியத்னாம், பிரான்ஸ், சியாம் (தாய்லாந்து) ஆகிய இடங்களுக்கும் அனுப்பப்பட்டது.

இந்தப் பத்திரிகையின் 61 - வது பிரதி, ஒரு முக்கியமானதொரு தலைப்பை முதல் பக்கத்தில் கொண்டிருந்தது. 'கம்யூனிஸ்ட்

கட்சி மட்டுமே வியத்னாமுக்கு விடுதலையை அளிக்கமுடியும்.' இந்தக் கட்டுரை இந்தோ - சீனாவின் ரகசியப் போலீஸ் வட்டாரங்களில் பெரும் அதிர்ச்சியை ஏற்படுத்தியது.

இந்தக் கழகத்தின் உறுப்பினர்களைத் தேர்ந்தெடுப்பதிலும் பயிற்சியளிப்பதிலும், நிகுயன் மிகக் கண்டிப்பாக இருந்தார். அரசியல் வகுப்புக்கு வருபவர்களிலிருந்து இவர்கள் தேர்ந் தெடுக்கப்பட்டனர். இந்தக் கழகத்தில் சேருபவர்கள், புரட்சியின் லட்சியத்துக்கு விசுவாசம் தெரிவித்து பாம் ஹாங்தாயின் சமாதியில் உறுதிமொழி ஏற்கவேண்டும். பயிற்சியை முடித்ததும் அவர்கள் தலைமறைவு வேலை செய்யும் பொருட்டு இந்தோ-சைனாவுக்கு அனுப்பி வைக்கப்பட்டனர். அவ்வாறு செல்பவர்கள் எவ்வாறு நடந்து கொள்ள வேண்டுமென்பதை நிகுயன் விளக்கினார்:

'நீங்கள் நம்பிக்கை வைத்திருக்கக்கூடிய பழைய நண்பர்களை தேடிப்பிடியுங்கள். நீங்கள் என்ன விஷயத்தைக் குறித்து பேசி னாலும் சரி. அதை, நமது நாட்டில் பிரெஞ்சுக்காரர்கள் செய்யும் கொடூரத்தனம் குறித்த உரையாடலாக திருப்பி விடுங்கள். சாதகமான பதில் கிடைக்கிறதென்றால், வியத்னாமியர்களாகிய நாம் எவ்வளவு நாள்கள்தான் அந்நிய ஒடுக்குமுறையைச் சகித்துக்கொண்டிருப்பது என்று கேளுங்கள். பிரெஞ்சுக்காரர் களை எப்படி விரட்டியடிப்பது என்ற கேள்வி உங்களிடம் கேட்கப்பட்டால், ஒற்றுமையே அதற்கான வழி என்று கூறுங்கள்.'

நிகுயன், வியத்னாம் கம்யூனிஸ்ட் புரட்சியாளர்களை உரு வாக்கிக்கொண்டே இதர ஆசிய நாடுகளின் புரட்சியாளர் களோடும் தொடர்பு கொண்டு 'ஒடுக்கப்பட்ட ஆசிய மக்களின் சங்கத்தை' உருவாக்கினார். காண்டன் குடியரசில் அடைக்கலம் புகுந்திருந்த கொரியா, மலேயா, இந்தோனேஷியா மற்றும் இந்தியா போன்ற நாடுகளின் தேசபக்தர்கள் இதில் உறுப்பினராக இருந்தனர்.

இங்கே மற்றொரு விஷயத்தையும் அவசியம் குறிப்பிட வேண்டும். காண்டனுக்கு வந்து சேர்ந்ததுமே நிகுயன், பரோடினைக் கண்டு உரையாடினார். காண்டன், அரசாங்கத்தின் பிரதான அரசியல் ஆலோசகர் என்ற பதவியிலிருந்ததால் பரோடினுக்கு பெரிய மாளிகை அளிக்கப்பட்டிருந்தது. அவரது

ஏற்பாட்டின்படி சோவியத் தூதரகத்துக்கான மொழிபெயர்ப் பாளர் என்ற பதவி நிகுயனுக்கு அளிக்கப்பட்டது. சீன மொழி மற்றும் ஆங்கிலப் பத்திரிகைகளிலிருந்து சோவியத் செய்தி ஸ்தாபனமான 'ரோஸ்டா'வுக்கு ரஷ்யமொழியில் செய்திகள் அளிக்கும் வேலை நிகுயனுக்கு அளிக்கப்பட்டது. நிகுயனும் பரோடினும் சிறந்த நண்பர்களானார்கள். அவர் வியத்னாமிய கம்யூனிஸ்ட்டுக்கு ஆலோசனையும் வழிகாட்டலும் கொடுத் தார்.

1927-ம் ஆண்டின் ஆரம்பத்தில் 'புரட்சிகர பாதை' என்ற பிரசுரம் காண்டனில் வெளியானது. நிகுயன் எழுதிய இந்தப் பிரசுரமானது, பலமிக்க பிரெஞ்சு ஏகாதிபத்தியவாதிகளைத் தோற்கடித்து, வியத்னாம் விடுதலையடைய திட்டவட்டமான வழிகளை வலியுறுத்தியது. அந்தப் பிரசுரமானது இந்தோ - சைனாவில் கம்யூனிஸ்ட் கட்சிக்கான அடித்தளத்தை இட்ட தோடு, கட்சியின் அரசியல் திட்டத்துக்கான அடிப்படையையும் உருவாக்கியது.

சுமார் இரண்டரை வருட காலத்தில் 200-க்கும் அதிகமான புரட்சி வீரர்களை இந்தக் கழகம் உருவாக்கி, ஒரு தொழிலாளி வர்க்கக் கட்சி உருவாவதற்கான உட்கருவைத் தயாராக்கியது. இந்த நேரத்தில், காண்டன் நகரின் அரசியல் வாழ்வில் இருள்சூழத் தொடங்கியது. சன்யாட் சென் மறைவுக்குப் பிறகு 1927-ம் ஆண்டு ஏப்ரல் 12-ம் தேதி, கோமிண்டாங் கட்சியிலிருந்த பிற்போக் காளன் சியாங் கே ஷேக், ஷாங்காய் நகரில் ஒரு அதிரடி எதிர்ப்புரட்சியை உருவாக்கினான். அடுத்தநாள், அவனுடைய நண்பன் ஜெனரல் லீ சிசெங் என்பவன் காண்டன் நகரில் அதே காரியத்தைச் செய்தான். வலதுசாரி ராணுவத்தினர், 'வாம்போ' ராணுவப் பயிற்சிக் கழகத்தைக் கைப்பற்றி அதிலிருந்த 300 பயிற்சியாளர்களை சிறையிலடைத்தனர். அடுத்த சில நாள்களில் இரண்டாயிரத்துக்கும் மேற்பட்டோர் கைது செய்யப்பட்டனர். அவர்களில் நூற்றுக் கணக்கிலிருந்த கம்யூனிஸ்ட்கள் தனியாகப் பிரிக்கப்பட்டு, சுவர்களின் முன்னால் நிறுத்தப்பட்டு சுட்டுக் கொல்லப்பட்டனர். சோவியத் ஆலோசகர்களின் வீடுகள் முன்பு, வலது சாரி துருப்புகள் முற்றுகையிட்டன.

சில நாள்களுக்குப் பிறகு, பரோடினும் அவருடைய ஊழியர் களும் ஊஹான் நகருக்குப் புறப்பட்டனர். அங்கே, கோமிண் டாங் கட்சியின் இடதுசாரிப் பகுதியினர் ஆட்சியில் இருந்தனர்.

கம்யூனிஸ்ட்கள் மீதான ஒடுக்குமுறை காரணமாக, நிகுயன் தலைமறைவாக வேறுஇடத்தில் போய் வேறு வேலை தேடி வாழவேண்டிய நிலைமை ஏற்பட்டது. எனவே, மீண்டும் வறுமையும் பட்டினியும் அவரைச் சூழ்ந்தன. தன்னைக் காப்பாற்றிக்கொள்ள அவர், தெருக்களில் பத்திரிகைகளையும் சிகரெட்டுகளையும் விற்கவேண்டிய நிலைமை ஏற்பட்டது.

மே மாதத்தில் ஒரு மாலை நேரத்தில், கோமிண்டாங் பாதுகாப்புப் பிரிவில் பணியாற்றிவந்த லிம் என்பவர் மூலமாக நிகுயனுக்கு ஒரு தகவல் கிடைத்தது. அடுத்தநாள் அவரைக் கைது செய்ய உத்தரவு பிறப்பிக்கப்பட்டிருப்பதாகவும், நிகுயன் வேறொரு நகருக்குச் செல்வது நல்லதென்றும் லிம் கூறினார். அடுத்த சில மணி நேரத்தில் காண்டனிலிருந்து புறப்படும் எக்ஸ்பிரஸ் ரயிலில் புறப்பட்டு, நிகுயன் ஹாங்காங்கை வந்தடைந்தார். அங்கிருந்த போலீசார், நிகுயன் சீனாக்காரர் அல்ல என்று சந்தேகப்பட்டு 24 மணி நேரத்தில் அங்கிருந்து வெளியேறும்படி உத்தரவிட்டனர். நிகுயன் அங்கிருந்து ஷாங்காய் நகருக்குச் சென்றார். அங்கே, சோவியத் மக்களின் ஒரு குழு சோவியத் ரஷ்யாவை நோக்கி பயணமாகிக் கொண்டிருந்தது. நிகுயனும் அவர்களுடன் சேர்ந்துகொண்டு ரஷ்யாவை நோக்கிப் பயணமானார். நீண்ட பயணத்துக்குப் பின் மிகுந்த களைப்புடன் மாஸ்கோவை வந்தடைந்தார்.

நிகுயன், மாஸ்கோவில் அதிக மாதங்கள் தங்கியிருக்கவில்லை. டிசம்பர் மாதம் பிரசெல்ஸ் நகருக்குப் போனார். அங்கே, பாசிச-எதிர்ப்புக் கழகத்தின் பொதுக் கவுன்சில் கூட்டம் நடை பெற்றுக் கொண்டிருந்தது. அந்தக் கழகமானது அவ்வாண்டு பிப்ரவரி மாதத்தில் உருவாக்கப்பட்டதாகும். தொழிலாளி வர்க்க இயக்கம், முதலாளித்துவ நாடுகளின் முற்போக்கு அறிவு ஜீவிகள் ஆகியோரையும் ஆசியா, ஆப்ரிக்கா மற்றும் லத்தீன் அமெரிக்கா ஆகிய கண்டங்களிலுள்ள காலனி நாடுகளையும், சார்பு நாடுகளையும் இணைத்த முதல் பரந்துபட்ட இயக்கமாகும் அது. திருமதி.சன்யாட் சென், ஆல்பர்ட் ஐன்ஸ்டீன், ரோமன் ரோலண்ட், ஜவஹர்லால் நேரு, ஹென்றி பார்புஸ்ஸே, சென் கட்டயாமா போன்ற மிகவும் பிரபலமானவர்கள் அந்த அமைப்பில் பங்கேற்றனர்.

அந்த மாநாடு முடிந்தபின் அங்கிருந்து கிளம்பி பிரான்ஸ், ஸ்விட்சர்லாந்து, இத்தாலி வழியாக நேப்பிள்ஸ் துறைமுகம்

வந்து சேர்ந்த நிகுயன், அங்கிருந்து சயாம் நாட்டுக்கு (தாய்லாந்து) கப்பலில் பயணம் மேற்கொண்டார்.

சயாம் மாகாணத்திலிருந்த உடான் (Udon) என்ற இடமானது, வியத்னாம் வெளியேற்றக்காரர்கள் கூடும் இடமாக இருந்தது. அந்த இடம் வியத்னாம் நாட்டுக்கு மிக அருகாமையில்இருந்தது.

நிகுயன் ஏற்கெனவே காண்டனிலிருந்தபொழுது, ஒடுக்கப்பட்ட ஆசிய மக்களின் சங்கக் கிளை சயாம் மாகாணத்தில் உரு வாவதற்கு ஏற்பாடு செய்திருந்தார். ஆனால், அவர் இங்கே வந்தபொழுதுதான் பல கிளைகள் உள்ள அந்த அமைப்பு உற்சாகக் குறைவினால் செயல்படாதிருப்பதையும், இந்தோ-சைனாவில் காலனியாதிக்கவாதிகளின் மிருகத்தனமான பயங்கர வாதச் செயல்களின் காரணமாக, அந்த அமைப்பினரிடையே நம்பிக்கையற்ற போக்கு ஏற்பட்டிருப்பதையும் கண்டார்.

நிகுயன் அந்த அமைப்பின் உறுப்பினர்களை ஒன்று திரட்டி, அவர்களுடைய தவறுகளைச் சுட்டிக்காட்டி அதை மீண்டும் செயல்படச் செய்தார். அத்துடன் அங்கே ஒரு பத்திரிகையைத் தொடங்கி அதன் விற்பனையை அதிகப்படுத்தினார். சயாம் அதிகாரிகளின் அனுமதி பெற்று உடான் நகரில் வியத்னாமிய பள்ளி ஒன்றையும் தொடங்கினார்.

வியத்னாம் நாட்டில் கம்யூனிஸ்ட் இயக்கம் வேகமாக வளர்ந்து வருகிறதென்றும், 1920-ஆம் ஆண்டுகளின் முடிவில் அந்தக் கழகமானது தேசபக்தர்களிடையே, குறிப்பாக வாலிபர் களிடையே மார்க்சிய லெனினியக் கருத்துக்களை வேகமாகப் பரப்பி வருகிறதென்றும், தொழிலாளி வர்க்க இயக்கம் வலுவடைந்து வருகிறதென்றும், பெரிய நகரங்களிலுள்ள தொழிலகங்களில் தலைமறைவாக உள்ள கம்யூனிஸ்ட் குழுக்கள் செயல்பட்டு வருகின்றனவென்றும் நிகுயனுக்கு தகவல்கள் கிடைத்தன.

அத்துடன், 1929-ஆம் ஆண்டின் நடுவில் டோன் கின் பகுதியில் இந்தோ-சைனா கம்யூனிஸ்ட் கட்சியும், கொச்சின் சைனா பகுதியில் அன்னாமிய கம்யூனிஸ்ட் கட்சியும், வியத்னாமின் மத்திய பிராந்தியங்களில் இந்தோ-சைனா கம்யூனிஸ்ட் இணைய மும் தனித்தனி அமைப்புகளாக உருவெடுத்துள்ள தகவலும் நிகுயனுக்கு எட்டியது. இம்மூன்று அமைப்புகளும் தனித்தனி யாக அமைக்கப்பட்ட உடனேயே அவைகளிடையே மோதல்

ஏற்பட்டன. அவை ஒவ்வொன்றும், தான்தான் வியத்னாம் முழுவதற்குமான கட்சி என்று பறைசாற்ற ஆரம்பித்தன. இந்த மோதல்கள் மோசமானவை என்பதோடு, செயல் திட்டம் எதுவும் அவைகளிடம் இல்லாததும் சேர்ந்து அவைகளின் பலத்தை குன்றச் செய்தது.

1929 ஆம் வருடம் டிசம்பர் மாத தொடக்கத்தில், ஹாங்காங்கி லிருந்து இரண்டு கம்யூனிஸ்ட்கள் அனுப்பிய கடிதம் நிகுய னுக்குக் கிடைத்தது. அது கூறியதாவது: 'வியத்னாமிலுள்ள பல்வேறு கம்யூனிஸ்ட் குழுக்களின் தலைவர்கள், தங்களிடையே பல்வேறு தகராறுகளில் மூழ்கியுள்ளனர். யதார்த்தத்தைக் காண மறுக்கிறார்கள். அகிலத்தின் பிரதிநிதியான நிகுயன் மட்டுமே இந்த நிலைமையைச் சீர்படுத்த முடியும். அகிலத்தின் தூரகிழக்குப் பிராந்தியத்துக்கான செயற்குழுவும் கவலை யடைந்துள்ளதோடு இந்த மோதல்களை நிறுத்தவும் விரும்பு கிறது. கட்சியின் உறுப்பினர்கள் அனைவரும் எவ்வளவு விரைவில் முடியுமோ அவ்வளவு விரைவில் ஒரு ஒன்றுபட்ட கட்சி உருவாக்கப்பட வேண்டும் என்று விரும்புகிறார்கள்.'

இக்கடிதத்தைக் கண்டதும், நிகுயன் உடனே பாங்காக்குக்கு ரயிலில் புறப்பட்டுச் சென்றார். அங்கிருந்து ஒரு கப்பலில் சிங்கப்பூருக்குப் போய், பின்னர் அங்கிருந்து ஹாங்காங்குக்கு மற்றொரு கப்பலில் பயணம் செய்தார். அங்கே வந்தபிறகுதான் அவருக்கு இரண்டு முக்கியத் தகவல்கள் கிடைத்தன. சில வாரங்களுக்கு முன்பு அவருடைய தந்தையார் காலமாகி விட்டார். அப்பொழுது அவருக்கு 66 வயது. மேகாங் டெல்டா பகுதியில் உள்ள சிறிய நகரமொன்றின் ஏழைகள் குடியிருப்புப் பகுதியில் அவர் காலமானார். மற்றொரு மிக முக்கியச் செய்தி நிகுயன் உள்பட ஏழு வியத்னாமிய தேசபக்தர்களுக்கு பிரெஞ்ச் அரசாங்கத்தின் கட்டளைப்படி 'வின்' நகரத்திலுள்ள ராஜாங்க நீதிமன்றம் மரணதண்டனை விதித்துள்ளது. கொல்லப்படுவதற் காக நிகுயன் தேடப்பட்டு வருகிறார் என்ற இரண்டு செய்திகள் நிகுயனுக்குக் கிடைத்தன. இதனால், மேலும் பல வருடங் களுக்கு அவர் வியத்னாமுக்குள் நுழைய முடியவில்லை.

கம்யூனிஸ்ட் அகிலத்தின் நிர்வாகக்குழு அனுப்பிய கடித மொன்று நிகுயனிடம் சேர்ப்பிக்கப்பட்டது. 'இந்தோ- சைனாவில், பாட்டாளி வர்க்கத்தின் ஒரு புரட்சிகர கட்சியை, அதாவது ஒரு வெகுஜன கம்யூனிஸ்ட் கட்சியை உருவாக்க

வேண்டியது மிகவும் முக்கியமான உடனடிக் கடமை' என்று அந்தக் கடிதம் வலியுறுத்தியது.

நிகுயன், உடனே செயலில் இறங்கினார். இந்தோ-சைனா கம்யூனிஸ்ட் கட்சி, அன்னாமிய கம்யூனிஸ்ட் கட்சி, வெளி நாடுகளில் உள்ள வியத்னாமிய கம்யூனிஸ்ட் அமைப்புகள் ஆகியவற்றைச் சேர்ந்த பிரதிநிதிகள் மாநாட்டை கௌலூன் என்ற சிறிய நகரில் ரகசியமாகக் கூட்டினார். பிப்ரவரி 3-ம் தேதி தொடங்கிய அந்தக் கூட்டம் 5-ம் தேதி முடிந்தது. நிகுயனின் பொறுமையான விளக்கமும் அறிவுரையும் சேர்ந்து, அவர்களை ஒன்றுபட வைத்தது. அவர்கள், தங்கள் தகராறுகளைத் தீர்த்துக் கொள்ளவும் மனப்பூர்வமாக கம்யூனிஸ்ட் அமைப்புகளை ஒற்றுமைப்படுத்தவும் உறுதி பூண்டனர். ஒன்றுபட்ட ஒரே வியத்னாம் கம்யூனிஸ்ட் கட்சி, முதன்முறையாக வரலாறில் உருவானது. நிகுயன் உருவாக்கிய கட்சித் திட்டமும் சட்ட விதிகளும், அந்த மாநாட்டில் ஏற்றுக்கொள்ளப்பட்டன. கட்சி வேலைகளைச் செய்ய, ஒரு தாற்காலிக மத்தியக்குழு உருவாக்கப்பட்டது. வியத்னாம் கம்யூனிஸ்ட் கட்சியை உருவாக்க வேண்டுமென்ற நிகுயனின் நீண்டநாள் கனவு நனவானது!

இதைத் தொடர்ந்து, வியத்னாம் நாடு முன்னெப்பொழுதும் கண்டிராத பெரும் ஆர்ப்பாட்டங்களையும், வேலை நிறுத்தங் களையும் கண்டது. பொருளாதார மற்றும் அரசியல் கோரிக்கை களுக்காக கம்யூனிஸ்ட்களின் தலைமையின்கீழ், தொழிலாளி களும் விவசாயிகளும் ஒன்றுசேர்ந்து போராடத் தொடங்கினர். 1930-ம் ஆண்டின் இறுதியில் இது உச்சகட்டத்தை அடைந்தது. நிகே-ஆன் மற்றும் ஹடின் மாநிலங்களில் உள்ள 116 கிராமங் களில், ரஷிய மாதிரி சோவியத்துகள் உருவாக்கப்பட்டன. கம்யூனிஸ்ட்கள் தலைமையிலான தேசிய புரட்சிகர அதிகாரத் தின் முதல் அமைப்புகள் இவை! சுமார் ஓராண்டு காலத்துக்கு சுதந்தரத் தீவுகளைப்போல இருந்த இந்த சோவியத்துகள், காலனி ஆதிக்க நிர்வாக இயந்திரத்தைக் கலைத்ததுடன் பிரபுத்துவ உடைமையாளர்களையும், கிராம அதிகாரிகளையும் விரட்டி யடித்தன. பிரெஞ்சுக்காரர்கள் உருவாக்கிய வரிகள் ரத்து செய்யப்படுதல், கிராம நிலங்களை நிலமற்ற விவசாயி களிடையே விநியோகித்தல், நிலப்பிரபுக்கள் குத்தகையைக் குறைக்கும்படிச் செய்தல் போன்ற ஜனநாயகச் சீர்திருத்தங்கள்

செய்யப்பட்டன. அரிவாள்-சுத்தியல் சின்னத்துடன் கூடிய பிரசுரங்கள் நாடு முழுவதிலும் விநியோகிக்கப்பட்டன.

1930-ம் ஆண்டு அக்டோபர் மாதத்தில் வியத்னாம் கம்யூனிஸ்ட் கட்சியின் முதல் விரிவடைந்த கூட்டம் (பிளீனம்) நடை பெற்றது. நிகுயன், அகிலத்தின் வேலையாக மலேயா சென்றுவிட்டதால் இந்தக் கூட்டத்தில் பங்கேற்க முடிய வில்லை.

வியத்னாம் கம்யூனிஸ்ட் கட்சியின் பெயர் இந்தோ-சைனா கம்யூனிஸ்ட் கட்சி என்று மாற்றப்பட்டது. அது வியத்னாம், லாவோஸ், காம்போடியா ஆகிய பிரெஞ்சுக் காலனிகளைக் கொண்டதாக இருக்கும்.

9. சிறை சிநேகம்!

தாய்லாந்து, மலேயா முதலிய இடங்களுக்குச் சென்றுவிட்டு சுங் மன்சூ என்ற பெயரில் ஹாங்காக் நகருக்கு வந்த நிகுயன், அங்கே வியத்னாம் அரசியல் போராளிகளுக்காக நடத்தப்பட்டு வந்த பயிற்சிப் பள்ளியில் தங்கினார்.

வியத்னாமில் கம்யூனிஸ்ட் கட்சி உருவாக்கப் பட்டது. மத்திய வியத்னாமில் நடைபெற்ற எழுச்சிகள் ஆகியவற்றைக் கண்டு ஆத்திர மடைந்த பிரெஞ்சு அரசாங்கம், கம்யூனிஸ்ட் கட்சியின் தலைவர்களை உடனடியாக கைதுசெய்ய வேண்டுமென்று உத்தர விட்டது. அதில் நிகுயனின் பெயர் முதலாவ தாக இருந்தது.

அந்நாள்களில் தெற்கு சீனாவிலும், தென் கிழக்கு ஆசிய நாடுகளிலுமிருந்தும் பிரிட்டிஷ், பிரெஞ்ச் மற்றும் டச்சு நாடுகளின் ரகசிய போலீசாரிடையே ஓர் உடன்பாடு இருந்தது. புரட்சிக்காரர்களை, குறிப்பாக அகிலத்தைச் சேர்ந்த கம்யூனிஸ்ட்களை கைது செய்வதிலும் கைதிகளை பரிவர்த் தனை செய்துகொள்வதிலும் இந்த உடன் பாடு பயன்படுத்திக்கொள்ளப்பட்டது.

வியத்னாமிய துரோகி ஒருவனின் தகவல் மூலம் நிகுயனின் இருப்பிடத்தை அறிந்துகொண்ட ஹாங்காங்கின் ஆங்கிலேயே போலீஸ் அதிகாரிகள், 1931 ஜூன் மாத ஆரம்பத்தில் ஒருநாள் அதிகாலையில் நிகுயனின் வீட்டுக்குள் புகுந்து சோதனை யிட்டனர். எந்த ஆவணமும், எந்தத் தகவலும் அவர்களுக்குக் கிடைக்கவில்லை. நிகுயனையும், லீடாம் என்ற இளம் பெண்ணையும் கைது செய்தனர்.

நிகுயன் கைது செய்யப்பட்ட செய்தி பிரெஞ்சு போலீசுக்கு தெரிவிக்கப்பட்டதும், ஒரு விசேஷ படகில் அவரை வியத்னா முக்கு கொண்டுசென்று ஏற்கெனவே அவருக்கு விதிக்கப் பட்டிருந்த தூக்கு தண்டனையை நிறைவேற்றுவதென்று அவர்கள் திட்டமிட்டனர். இதன் காரணத்தால், நிகுயனைக் கைது செய்வதற்கு நீதிபதியிடம் ‘வாரண்ட்’ (கை உத்தரவு) பெற, வேண்டிய தேவையில்லை என்று, ஹாங்காங்கின் பிரதம போலீஸ் அதிகாரி கருதி அலட்சியமாக இருந்துவிட்டார்.

நிகுயன் கைது செய்யப்பட்ட செய்தி, இரண்டு நாள்களுக்குப் பிறகு பாரீஸிலிருந்து காலனி நாட்டு அமைச்சரவைக்குக் கிடைத்தது. பிரெஞ்சு முதலாளித்துவப் பத்திரிகைகள் ஆனந்தப் பரவசத்தில் ஆழ்ந்தன. ‘நிகுயன் கைது செய்யப்பட்டது இந்தோ-சைனாவில் கம்யூனிஸ்ட் தலைமையகம் கைப்பற்றப் பட்டதற்குச் சமானமாகும். கம்யூனிஸ்ட் கட்சி தற்பொழுது செயலிழக்கும்படி செய்யப்பட்டுவிட்டது’ என்று சைகோனி லிருந்து வெளியாகும் பிரெஞ்சுப் பத்திரிகையொன்று எழுதியது.

தனிமைச்சிறையில் வைக்கப்பட்டுள்ள நிகுயனை, வியத்னா முக்குக் கொண்டுசெல்வதற்காக ஹைபாங்க் துறைமுகத்தில் இருந்து ஒரு பிரெஞ்சுக் கப்பல் ஹாங்காக்குக் அனுப்பி வைக்கப்பட்டது.

சிறையிலிருந்த நிகுயனுக்கு, ஒரு பெரும் உதவி எதிர்பாராமல் கிடைத்தது. ஹாங்காங்கிலிருந்து பிரபல ஆங்கிலேய வழக்கறிஞர்கள் நிறுவனம் ஒன்றின் தலைவரான பிரான்சிஸ் லூஸ்பை என்பவர், நிகுயனுக்கு உதவ முன்வந்தார். மிதவாத கண்ணோட்டமுள்ள அந்த வழக்கறிஞர், பல வியத்னாம் தேசபக்தர்களுக்கு உதவியுள்ளதோடு வியத்னாமிய புரட்சிக்காரர் ஒருவருக்கு விடுதலையையும் வாங்கித் தந்தவர். நிகுயன் கைது செய்யப்பட்ட செய்தியை அறிந்த அகிலத்தின் ஹாங்காங்

பிரதிநிதி, நிகுயனுக்கு உதவ வேண்டுமென்று பிரான்சிஸ் லூஸ்பையை கேட்டுக் கொண்டார். அவரும் சம்மதித்தார்.

சிறையிலுள்ள தனது கட்சிக்காரரைக் காணவேண்டுமென்று அந்த வழக்கறிஞர் போலீசாரிடம் தெரிவித்தபொழுது அவர்கள் அதிர்ச்சியடைந்தனர். அதற்கு அனுமதி தர மறுத்தனர். அத்துடன் இந்த வழக்கறிஞர் நீதிமன்றத்துக்குச் செல்லக்கூடுமென்று அஞ்சிய போலீசார், அவசர அவசரமாகப் பின்தேதியிட்ட ஒரு 'வாரண்டை' தயாரித்தனர். கைது சட்டபூர்வமாக்கப்பட்டபின் வழக்கறிஞருக்கு நிகுயனைக் காண அனுமதி கிடைத்தது.

பிரகாசமான கண்களுடன் வற்றிய தோலும் மெலிந்த உடலுமாக இருமிக் கொண்டிருந்த நிகுயனை முதலில் கண்ட பொழுது, அந்த வழக்கறிஞருக்கு இரக்கம்தான் மேலிட்டது. ஆனால் முப்பது நிமிடங்கள் அவருடன் பேசியபின், நிகுயனைக் குறித்து மிகுந்த மரியாதை ஏற்பட்டது. தேவையான விபரங்களை மட்டும் நிகுயனிடமிருந்து பெற்ற அந்த வழக்கறிஞர், நிகுயனை வியத்னாமுக்கு அனுப்பக் கூடாதென்று ஹாங்காங் தலைமை நீதிமன்றத்தில் வழக்கு தொடுத்தார்.

நிகுயன் ஒருபோல்ஷ்விக் என்றும், 'ரஷிய ஏஜண்டு' என்றும், ஹாங்காங்கில் இங்கிலாந்து மன்னராட்சியை ஒழித்துக்கட்ட வந்தவர் என்றும், அவருக்கு ஆயுட்கால சிறைத் தண்டனை தரவேண்டும் அல்லது வியத்னாமின் போலீஸ்வசம் ஒப்படைக்கவேண்டுமென்றும் அரசாங்கத் தரப்பு வழக்கறிஞர் கோரினார். இதை, நிகுயன் தரப்பு வழக்கறிஞரான லூஸ்பை யும் அவருடைய உதவியாளர்களும் எதிர்த்தனர். நிகுயன் ஜூன் 6-ம் தேதி கைது செய்யப்பட்டார். ஆனால், அவருடைய கைது உத்தரவு 12-ம் தேதிதான் ஆளுநரால் கையெழுத்திடப்பட்டது. இங்கிலாந்து சட்டப்படி கைது செய்யப்பட்ட ஒருவரிடம் அவருடைய பெயர், தொழில் போன்ற ஐந்து கேள்விகள்தாம் கேட்கவேண்டும். ஆனால் நிகுயனை விசாரித்த அதிகாரிகள், அவர் எத்தனை முறை ரஷியாவுக்குப் போயிருக்கிறார் என்று பலமுறை கேட்டுள்ளனர். இது சட்ட விரோதமானதென்று லூஸ்பை கூறினார்.

இந்தப் பூர்வாங்க விசாரணை மட்டும் ஐந்து மாத காலம் நீடித்தது. இறுதியில் அக்டோபர் மாதத்தில் தீர்ப்பு வழங்கப்பட்டது. நிகுயன் மீதுள்ள குற்றச்சாட்டுகள் அனைத்தும் கைவிடப்படு

கின்றன. ஆனால், அவர் இந்தோ சைனாவுக்கு நாடு கடத்தப் படுவார் என்று தீர்ப்பு அளிக்கப்பட்டது.

நிகுயன் இழக்கப்பட்டுவிட்டார் என்று அனைவரும் கருதிய நேரத்தில் மற்றுமொரு எதிர்பாரா உதவி கிடைத்தது. கம்யூனிஸ்ட் அகிலத்தின் நிர்வாகக்குழு 'புரட்சிக்காரர்களுக்கு உதவுவதற்கான சர்வதேச அமைப்பின்' பிரெஞ்சுக் கிளை மூலம், லூஸ்பையைக் கொண்டு லண்டனிலுள்ள ப்ரிவ்யூ கவுன்சிலுக்கு மேல்முறையீடு செய்யும்படி ஏற்பாடு செய்தது. லூஸ்பை கேட்டுக்கொண்டதற்கிணங்க, இங்கிலாந்தின் தலைசிறந்த வழக்கறிஞர்களில் ஒருவரான நோயல் பிரிட், நிகுயனுக்கு ஆதரவாக வாதாட முன்வந்தார். ஹாங்காங் போலீஸ் தரப்பில் ஸ்டாபோர்டு கிரிப்ஸ் என்ற பிரபல வழக்கறிஞர் ஆஜரானார்.

இந்த வழக்கு விசாரிக்கப்பட்ட ஓராண்டுக்காலம் முழுவதும் நிகுயன் தொடர்ந்து தனிமைச் சிறைக்காவலில் வைக்கப் பட்டிருந்தார். தினமும் 15 நிமிட நேரம் மட்டும் உலாவ அனுமதிக்கப்படுவார். மீதி நேரம் முழுவதிலும் சிறிய அறையில் அடைக்கப்பட்டே இருப்பார். வழக்கறிஞர் லூஸ்பையும் அவருடைய துணைவியாரும் மட்டும்தான் அவ்வப்பொழுது அவரை வந்து சந்திப்பவர்கள். சிலமாத காலத்துக்குப்பின் நிகுயனுக்கு க்ஷயரோகம் ஏற்பட்டது. லூஸ்பை முயற்சியால் அவருக்கு சிறை மருத்துவமனையில் சிகிச்சை அளிக்கப்பட்டது.

ஓராண்டு காலத்துக்குப் பின் 1932-ஆம் ஆண்டு ஜூன் மாதத்தில், பிரிவி கவுன்சில் நிகுயனை விடுதலை செய்து தீர்ப்பு வழங்கியது. அவரை எங்கு அனுப்புவது என்ற பிரச்னை எழுந்தது. இறுதியில் அவர் விரும்பும் நாட்டுக்கே அனுப்பப்படலாம் என்று ஒரு சமரசத் தீர்வு ஏற்பட்டது.

வழக்கறிஞர் லூஸ்பையும் அவரது குடும்பத்தினரும் இது குறித்து ஒரு முடிவுக்கு வந்தனர். ஐரோப்பாவுக்கு அடுத்து புறப்படும் கப்பலில் நிகுயனுக்கு ஒரு டிக்கட் வாங்கிக் கொடுத்துவிடு வதென்றும், முதல் துறைமுகத்தில் அவர் இறங்கி தப்பிச் செல்வது என்றும் முடிவு செய்து டிக்கட் வாங்கிக் கொடுத்து கப்பலில் அனுப்பினர். அதன்படி சிங்கப்பூர் துறைமுகத்தில் இறங்கிய நிகுயன், போலீசாரால் கைது செய்யப்பட்டு காவலுடன் ஹாங்காங்குக்கு திருப்பி அனுப்பப்பட்டார். இந்தச் செய்தி வழக்கறிஞர் லூஸ்பைக்கை எட்டியதும், அவர்

ஹாங்காங்கின் ஆளுநரும் அவரது நண்பருமான சர் வில்லியம் பில் என்பவரிடம் வாதாடி, நிகுயனை விடுதலை பெறச்செய்தார். அந்த ஆளுநரின் உதவியுடன், ஹாங்காங்குக்கு வடகிழக்கி லுள்ள 'ஷியாமென்' என்ற சுகவாச ஸ்தலத்துக்கு கப்பலில் அனுப்பிவைத்தார். நிகுயன், வழக்கறிஞரின் ஆலோசனைப்படி, சீனப் பணக்காரர் போல விலையுயர்ந்த ஆடை அணிந்து, தலையில் தொப்பி, முகத்தில் பொய் தாடியுடன் கப்பல் பயணம் செய்து அந்தத் தீவை வந்தடைந்தார். சிறிதுகாலம் ஓய் வெடுக்கும் பணக்கார சீனரைப்போல் அந்த இடத்தில் காலங் கடத்தினார். ரஷ்யக் கப்பலில் ரஷ்யாவுக்குப் போவதென்று முடிவெடுத்து அந்த நகரத்துக்கு வந்தார்.

ஷாங்காய் நகரம் அப்பொழுது ஜப்பான், அமெரிக்கா, பிரான்ஸ், பிரிட்டன் ஆகிய நாடுகளின் பிடியில் இருந்தது. அந்நாடுகளின் யுத்தக் கப்பல்கள் எப்பொழுதும் அதன் துறைமுகத்தில் நங்கூரமிட்டிருக்கும். பல்வேறு நாட்டவர்களைக் கொண்ட ஒரு முனிசிபல் கவுன்சில் அங்கே செயல்பட்டு வந்தது. அதற்கென்று தனி போலீஸ் இருந்தது. அந்த நகரம் பிரெஞ்சுப் பகுதி என்றும், சீனப்பகுதி என்றும், ஐரோப்பியப் பகுதி என்றும் பிரிக்கப் பட்டிருந்தது.

ஷாங்காய்க்கு வந்த நிகுயன், அகிலத்தின் பிரதிநிதிகளுடன் எவ்வாறு தொடர்புகொள்வதென்று சிந்தித்தார். அது மிகவும் ஆபத்தான காரியமாக இருந்தது. ஏனென்றால், சியாங்கே-ஷேக் கின் ஒற்றர்கள் அனைத்து இடங்களிலும் சுற்றிக்கொண்டிருந் தனர்.

பணக்காரரைப்போல வெளியே காட்டிக்கொண்டு பெரிய ஹோட்டலில் தங்கியிருந்த நிகுயன், இரவு நேரங்களில் தன்னுடைய துணியை துவைத்து உலர்த்திக்கொள்வார், வேறு உடை அவரிடம் கிடையாது. அதே போன்று மிகச் சாதாரண உணவையே உண்பார். வரவர கையிலிருந்த காசு முழுவதும் தீர்ந்துகொண்டிருந்தது. என்ன செய்வதென்று திகைத்துக் கொண்டிருந்த நேரத்தில் நகரப் பத்திரிகையொன்றில் வந்த செய்தி அவர் கண்ணில் பட்டது. யுத்தத்தை எதிர்க்கும் ஐரோப்பிய நாடாளுமன்ற உறுப்பினர்களின் தூதுக்குழு ஷாங்காய் நகரத்துக்கு வரப்போகும் செய்தியை அவர் படித்தார். அந்தத் தூதுக்குழு உறுப்பினர்களின் பெயர்களைப் படித்தபொழுது அவர் அடைந்த மகிழ்ச்சிக்கு அளவேயில்லை. நிகுயனின்

பிரெஞ்சு தேசத் தோழரும் கம்யூனிஸ்டுமான பால்வேயர் குதூரின்
பெயரும் அதில் இருந்தது.

இப்பொழுது நிகுயனுக்கு மற்றொரு பிரச்னை எழுந்தது.
குதூரினிடம் எவ்வாறு தொடர்பு கொள்வது என்று சிந்திக்க
ஆரம்பித்தார். இந்தத் தூதுக்குழுவினரை திருமதி சன்யாட்சென்
சந்தித்துப் பேசியதாகவும் அதே செய்தியிலிருந்த ஒரு வாசகம்
நிகுயனுக்கு ஒரு வழியைக் காட்டியது. திருமதி சன்யாட்சென்,
எப்பொழுதும் இடதுசாரிகள் பக்கம் இருப்பவர். அவரை
நம்பலாம் என்று முடிவுக்கு வந்த நிகுயன், குதூரினுக்கு ஒரு
கடிதத்தை எழுதி அதில் கையொப்பமிடாமல் திருமதி சன்யாட்
சென்னின் வீட்டிலுள்ள தபால் பெட்டியில் போட்டுவிட்டார்.
தானும் குதூரினும் சம்பந்தப்பட்ட சில நிகழ்ச்சிகளை சுட்டிக்
காட்டியிருந்ததால், இதை எழுதியவர் யார் என்பதை அவர்
யூகித்துக்கொள்வார் என்று நிகுயன் கருதினார். அவருடைய
திட்டம் வெற்றிபெற்றது. அடுத்தநாள் மாலைநேரத்தில் நிகுயன்
நடந்த அனைத்து விபரங்களையும் கூறி, தான் ரஷ்யாவுக்குச்
செல்வதற்கு ஏற்பாடு செய்ய வேண்டுமென்று கேட்டுக்
கொண்டார். அத்துடன், கடந்த இரண்டாண்டு காலமாக
வியத்னாமுடன் தொடர்பு இல்லாமல் இருப்பதால் அங்கே
நடைபெற்றவற்றைக் கூறும்படியும், நிகுயன் அவரிடம்
கேட்டுக்கொண்டார். குதூரின் அளித்த தகவல்கள் நிகுயனுக்கு
மிகவும் வேதனையாக இருந்தது.

சில நாள்கள் கழித்து, நிகுயனுக்கு வாழ்த்துகள் தெரிவித்து
ஒருவர் கடிதங்கள் கொண்டுவந்தார். நீண்டகாலமாக விடு
பட்டுப்போயிருந்த தொடர்புகள் மீண்டும் புதுப்பிக்கப்பட்டன.

அதைத் தொடர்ந்து ஒரு சோவியத் வர்த்தகக் கப்பல், சில
ரிப்பேர்களைச் செய்துகொள்வதென்ற பெயரில் ஷாங்காய்
துறைமுகத்தில் நங்கூரமிட்டு நின்றது. யாரும் கவனிக்காதபடி
நிகுயனை ஏற்றிக்கொண்டு விளாடிவாஸ்டாக் துறைமுகத்தை
நோக்கி அது சென்றது.

பலநாள்கள் சுகமான கடற்பயணத்தை மேற்கொண்டு ரஷ்யா
வுக்கு வந்த நிகுயன், அங்கே ஏற்பட்டுள்ள புதிய மாற்றங்களை
வியப்புடன் பார்த்தார். மிகப்பெரும் கட்டடங்கள், ஹோட்டல்
கள், சிறுவர் இல்லங்கள், பொழுதுபோக்கு மன்றங்கள், புதிய
தொழிற்கூடங்கள் ஏராளமாக உருவாக்கப்பட்டிருந்தன.

முன்பிருந்ததைவிட ஏராளமான பேருந்துகளும், டிராலீ பேருந்துகளும், கார்களும் தெருக்களில் ஓடிக்கொண்டிருந்தன.

‘ஐந்தாண்டு திட்டங்கள் நான்காண்டுகளிலேயே முடிக்கப் பட்டுவிட்டன.’

‘தொழில் மயமாக்கல் முன்னேறிக்கொண்டு இருக்கிறது’,

‘கூட்டுப் பண்ணைகளே எதிர்காலம்’,

‘ஊழியர்களே முக்கியமானவர்கள்’ - போன்ற வாசகங்கள் பத்திரிகைகளில் வெளியாகியிருந்தன. பல இடங்களில் சுவரொட்டியாக ஒட்டப்பட்டிருந்தன. சோசலிசத்தின் மேன்மை சிறப்புக்குரியதாக இருப்பதைக் கண்டு நிகுயன் மிகவும் மகிழ்ச்சியடைந்தார். தன்னுடைய வியத்னாம் நாட்டையும் இதே பாதையில் கொண்டுசெல்ல வேண்டும் என்ற வேட்கை அவர் உள்ளத்தில் அதிகரித்தது. தன்னுடைய அருமைத் தோழர்கள் பலரை இழந்த வேதனையில் மூழ்கியிருந்த அவருக்கு, சோவியத் சோசலிச வளர்ச்சியும் சாதனையும் அருமருந்தாக இருந்தன.

அகிலத்தின் செயற்குழுவில் நிகுயனுக்கு உற்சாக வரவேற்பு அளிக்கப்பட்டது. அவருடைய உடல்நிலை மோசமாக இருந்ததால், கிரிமியாவிலுள்ள சுகவாசஸ்தலத்துக்கு செயற்குழு அவரை அனுப்பிவைத்தது. உடல்நலம் தேறியபின், மீண்டும் அவர் அகிலத்தின் வேலைகளில் பங்கேற்றார்.

அகிலத்தின் சிபாரிசின்படி நிகுயன், சர்வதேச லெனின் கழகத்தில் சேர்க்கப்பட்டார். அங்கே அவருடைய பெயர் லினோவ் என்று குறிப்பிடப்பட்டது. அச்சமயத்தில் அங்கே பல வியத்னாமிய புரட்சியாளர்கள் படித்து வந்தனர். அத்தகைய மாணவர்களுக்கு நிகுயன் கட்சியின் வரலாறையும், அடிப்படை அமைப்புவிதிகளையும் போதிக்க வேண்டுமென்று 1935-ம் ஆண்டில் அந்தக் கழகம் முடிவு செய்தது. அதன்படி நிகுயன் வகுப்புகள் நடத்தினார்.

அதே ஆண்டு ஜூலை மாதத்தில் கம்யூனிஸ்ட் அகிலத்தின் 7-வது மாநாடு மாஸ்கோவில் தொடங்கியது. அகிலத்தின் கிழக்குப் பகுதிக்கான செயற்குழு உறுப்பினர் என்ற முறையில் நிகுயன் அதில் கலந்துகொண்டார். அதுதவிர, வியத்னாம் கட்சியின் சார்பாக தூதுக்குழு ஒன்றும் அம்மாநாட்டில் கலந்துகொண்டது.

நிகுயன் அந்த மாநாட்டில் தன் பழைய நண்பர்களான குரூப்ஸ்கயா (லெனின் துணைவியார்), மனுல்ஸ்கி போன்றோரைச் சந்தித்த துடன் ஜார்ஜ் டிமிட்ரோவ், கோட்வால்ட், வில்லியம் பீக், டோக்ளியாட்டி, மாரிஸ் தோரே போன்ற தலைவர்களையும் சந்தித்துப் பேசினார்.

அதேசமயம், சுதந்தரம், ஜனநாயகம் வேண்டுமென்றும், அரசியல் கைதிகளை விடுதலைசெய்யக் கோரியும் வியத்னாம் நாடு முழுவதிலும் பெரும் கூட்டங்கள், ஆர்ப்பாட்டங்கள் நடை பெறலாயின. வேலை நிறுத்தங்கள் அலையலையாக நடைபெறத் தொடங்கின. அவ்வாண்டு குளிர்காலத்தில் முக்கியமான கட்சித் தலைவர்களான லீதுவான், பாம் வான் டாங் உள்ளிட்ட நூற்றுக் கணக்கான அரசியல் கைதிகள் விடுதலை செய்யப்பட்டனர்.

ஆறாண்டு கால கடுமையான தலைமறைவு வாழ்க்கைக்குப் பின்னர், மிருகத்தனமான பயங்கரவாத ஒடுக்கு முறைக்குப் பின்னர், இந்தோ-சைனா கம்யூனிஸ்ட் கட்சி நாட்டு மக்க ளிடையே பகிரங்கமாகச் செயல்படத் தொடங்கியது. அதன் பத்திரிகைகள், பிரசுரங்கள் வெளிவரத் தொடங்கின.

1936-39 ஆம் ஆண்டுகட்கு இடைப்பட்ட காலத்தில், கம்யூனிஸ்டு கள் தலைமையிலான இந்தோ-சைனா ஜனநாயக முன்னணி, தனது கடுமையான உழைப்பினால் ஒரு மாபெரும் சக்தியாக உருவெடுத்தது. மாஸ்கோவிலிருந்த நிகுயன், இந்த நிகழ்ச்சிகள் ஒவ்வொன்றைக் குறித்தும் அறிந்து தனது தோழர்களுக்கு தக்க வழிகாட்டல்களை அனுப்பி வந்தார். புனைபெயரில் கட்டுரைகள் அனுப்பிவந்தார்.

1938-ஆம் ஆண்டின் நடுவில் ஜப்பானிய ஆக்கிரமிப்பாளர்கள், சீனாவின்மீது பாயத் தொடங்கினர். இதைத் தொடர்ந்து சீனாவில் கம்யூனிஸ்ட் கட்சிக்கும், கோமின்டாங் கட்சிக்குமிடையே இந்த ஆக்கிரமிப்பை எதிர்த்து கூட்டுப் போராட்டம் நடத்த ஓர் உடன்பாடு ஏற்பட்டது. இதனால் சோவியத் நாட்டிலிருந்த வியத்னாமிய புரட்சியாளர்கள், கோமிண்டாங் ஆதிக்கத்திலுள்ள சீனப் பகுதிகள் வழியாக வியத்னாமுக்குள் வரமுடிந்தது. 1930-ம் ஆண்டுகளின் இறுதியில் ஏராளமானோர் வியத்னாமுக்கு திரும்பிவந்தனர்.

10. வனவாசம்

1940 ஆம் ஆண்டின் பிற்பகுதியில் நிகுயன் மாஸ்கோவிலிருந்து புறப்பட்டு சீனாவின் வழியாக வியத்னாமின் எல்லையை வந்து அடைந்தார். சீனாவின் கடைசி எல்லை நகரமான சிஸி (Chihsi) என்ற இடத்தை அடைந்தபொழுது, அங்கே சில வியத்னாமிய தேசபக்த இளைஞர்களைச் சந்திக்கும் வாய்ப்பு நிகுயனுக்குக் கிடைத்தது. வியத்னாமின் காவோ பாங் மாநிலத்தைச் சேர்ந்த அந்த இளைஞர்கள் யாருடைய தலைமையின்கீழ் புரட்சிக்கான போராட்டத்தில் ஈடுபடுவது என்று தெரியாமல் இருந்தனர். நிகுயனை அவர்களுக்கு யாரென்று தெரியாது. இருந்த போதிலும் அவருடைய கருத்துகள் அவர்களுக்கு மிகவும் பிடித்திருந்தது. எனவே, அவரோடு சேர்ந்திருந்து அவர் சொற்படியே நடப்பதென்று முடிவு செய்தனர். அந்த நகரத்துக்கு வெளியே மலைப்பகுதி அருகில் உள்ள மரங்கள் அடர்ந்த ஒரு தோட்டத்தில், நிகுயன் அவர்களுக்கு ஒரு சுருக்கமான அரசியல் வகுப்பு நடத்தினார். இந்த வகுப்பில் வேறு சில வியத்னாமியர்களும் கலந்துகொண்டனர். இவர்கள், முன்பு சியாங்-கே-ஷேக்கின் ராணுவத்திலிருந்தவர்கள். தங்கள் தாய் நாடான வியத்னாமுக்குத்

திரும்ப வேண்டுமென்ற ஆசையினால் உந்தப்பட்டு, வியத்னா முக்குத் திரும்பிக் கொண்டிருந்தவர்கள். இவர்களும் இந்த வகுப்பில் கலந்து கொண்டனர்.

சில நாள் பயிற்சிக்குப் பிறகு, ஒரு எளிமையான நிகழ்ச்சி நடைபெற்றது. மஞ்சள் நட்சத்திரம் பொறிக்கப்பட்ட ஒரு சிவப்புக்கொடி மண்ணில் ஊன்றப்பட்டது. இந்தப் பயிற்சி பெற்ற இளைஞர்கள் இரு வரிசையாகப் பிரிந்துநின்று அதற்கு மரியாதை செய்தனர். ஒவ்வொருவராக வந்து அந்தச் செங் கொடியை முத்தமிட்டு, புரட்சிக்குப் பாடுபடுவேன் என உறுதிமொழி எடுத்துக்கொண்டனர். ஒரு சிறு குழுவை மட்டும் தன்னிடம் வைத்துக்கொண்டு மற்றவர்களை சிறு சிறு குழுக்களாகப் பிரித்து, நிகுயன் அவர்களை முதலில் வியத்னா முக்குள் அனுப்பினார்.

'43 பருந்துகளை வானத்தில் பறக்கவிட்டிருக்கிறோம். அவர் களிடமிருந்து விரைவில் நல்ல செய்தியைக் கேட்போம். இப்பொழுது நாமும் புறப்படத் தயாராகுவோம்' என்று கூறிய நிகுயன், தன்னுடைய சிறு குழுவினரை அழைத்துக்கொண்டு வியத்னாம் எல்லையை நோக்கி, மலைகளும் காடுகளும் நிறைந்த பாதையில் நடக்கத் தொடங்கினார். அவருடன் வந்த இளைஞர்கள் அந்தக் காட்டு வழிப் பாதையை நன்கு அறிந்தவர் கள். நிகுயன் ஒரு மூங்கில் கம்பை கையில் வைத்துக்கொண்டு, மலைச்சரிவுகளில் நிதானமாக இறங்கினார். அப்பொழுது அவருக்கு வயது ஐம்பது என்ற போதிலும் ஓர் இளைஞனுக்குள்ள வேகம் அவருடைய நடையில் தெரிந்தது. அன்று மாலை நேரத்தில் ஒரு மலைப் பகுதியில் நடந்து வரும்பொழுது தூரத்தில் சில விவசாயிகளின் குடிசைகள் தென்பட்டன. மேலும் சற்றுத் தூரம் நடந்து கிளைகள் அடர்ந்த ஒரு மரத்தின் அருகே வரும் பொழுது, அங்கேயிருந்த ஒரு கல்தூண் நிகுயன் கண்ணில் பட்டது. 108 என்ற எண்ணைக் கொண்டிருந்த அந்த கல்தூணில், 'வியத்னாமிய எல்லை இந்த இடத்தில் தொடங்குகிறது' என்று பொறிக்கப்பட்டிருந்தது.

நிகுயன், தனது மூங்கில் கம்பை தரையில் போட்டு மண்டி யிட்டார். தரையிலிருந்து ஒரு கை அளவு மண்ணை எடுத்து முத்தமிட்டார். அவரது கண்களில் ஆனந்தக் கண்ணீர் பெருகி யது. முப்பதாண்டுகளுக்கு முன்பு தனது தாயகத்தை மீட்பதற்காக வழி தேடி, உலகம் முழுவதும் சுற்றி அதற்கான பாதையைக்

கண்டுபிடித்து இப்பொழுது அவர் தனது தாயகத்துக்குள் நுழை கிறார். அவருடைய குழுவிலிருந்த ஐவரும் மண்டியிட்டு தங்கள் தாயகத்தை முத்தமிட்டனர். மாலை நேரத்துக் கதிரவன் மங்கிக் கொண்டிருந்த அந்த நேரத்தில், அருகிலிருந்த வயல்களின் முற்றிய நெல் வாடையும் அதையொட்டி இருந்த மரங்களில் பழுத்து தொங்கும் பழங்களின் வாசனையும், நிகுயனின் உள்ளத்தில் மகிழ்ச்சிப் பரவசத்தை ஏற்படுத்தியது. அருகிலிருந்த கிராமத்துக்கு நிகுயனும் அவருடைய தோழர்களும் சென்றனர். அந்தக் கிராமத்தில் புரட்சிக்கு ஆதரவாக இருந்த மை லீ என்ற விவசாயினுடைய குடிசைக்கு நிகுயன் தான் மட்டும் போனார். நிகுயனைக் கண்டு பரவசமடைந்த அந்த விவசாயி, தன் வீட்டிலிருந்த உணவை அவருக்கு அளித்து மகிழ்ந்தார். அது சின்ன குடிசையாகையால் இந்த ஆறு பேரும் தங்குவதற்கு அங்கு இடமில்லை. மேலும் இந்தக் குடிசை கிராமத்தின் நடுவே இருந்ததால், எதிரிகள் சுலபமாக கண்டுபிடித்துவிடக்கூடிய ஆபத்தும் இருந்தது. இதைப் புரிந்துகொண்ட அந்த விவசாயி ஒரு யோசனை கூறினார்.

'அருகிலுள்ள மலைப்பகுதி காட்டில் ஒரு சிறு குகை இருக்கிறது. அதன் வாசலில் அடர்த்தியான நாணல் புதர் இருக்கிறது. எங்கள் கிராமத்துக்கு கொள்ளைக்காரர்கள் வரும்பொழுதெல்லாம் நாங்கள் அந்தக் குகையில்தான் ஒளிந்து கொள்வோம்' என்று கூறிய அந்த விவசாயி, நிகுயனையும் அவரது குழுவினரையும் காட்டுப்பாதை வழியாக அந்தக் குகைக்கு அழைத்துவந்தார். 'ஒரு வசந்தம்' என்று அந்தக் கிராம மக்கள் பெயரிட்டிருந்த அந்த மலைக்குகைக்கு அருகில், ஒரு சிறு மலை அருவி இருந்தது. இந்த இடம் அனைவருக்கும் மிகவும் பிடித்துப்போய்விட்டது. அவர்கள் கிராமத்துக்கு திரும்பிப்போய் சில மூங்கில் தட்டிகளைக் கொண்டு வந்தனர். அதன்மீது காய்ந்துபோன சருகுகளையும் புல்லையும் பரப்பி அந்த இரவில் படுத்து உறங்கினர். அடுத்த நாள் காலையில் பறவைகளின் கீச்சிடும் ஒலி கேட்டு விழித்தெழுந்த நிகுயனுக்கு, அருகிலிருந்த மலை அருவி யும் இடதுபுறமிருந்த மலைச்சிகரமும் ரம்மியமாக இருந்தது. தனது தோழர்களை அழைத்து அவர் கூறினார்: 'எனக்கு ஒரு கருத்து உள்ளது. இந்த நீரோடையானது ஒரு வெண்மையான முத்தைப் போல பரிசுத்தமாக இருக்கின்றது. அத்துடன் அதற் கான ஊற்றும் இங்கு இருக்கிறது. இதற்கு லெனின் பெயரை நாம் சூட்டலாமென்று கருதுகின்றேன். இடதுபுறமுள்ள கம்பீரமான

மலையை நாம் கார்ல் மார்க்ஸ் மலைமுகடு என்று அழைக்கலாம் என்று நிகுயன் கூறிய யோசனையை அவரது தோழர்கள் அனைவரும் உற்சாகமாக ஏற்றுக்கொண்டனர்.

எளிய உடற்பயிற்சிகளை முடித்து குளிர்ந்த நீரோடையில் குளித்தபின், நிகுயன் தன் வேலையைத் தொடங்கினார். தட்டையாக இருந்த ஒரு பாறாங்கல்லை தனது மேஜையாக்கிக் கொண்டார். ரப்பர் மரத்தின் அடித்தண்டு ஒன்றை தனது நாற்காலியாக்கிக் கொண்டார்.

அவருடைய எழுதுகோல், வியத்னாம் எழுத்துகளைக் கொண்ட சிறிய தட்டச்சுக் கருவி. அதை வைத்துக்கொண்டு அவர் கட்டுரைகள் எழுதினார். மொழியாக்கம் செய்தார். தனக்கு தகவல் கொண்டு வருபவர்களையும், கட்சித்தோழர்களையும், பொது மக்களையும் சந்தித்தார். சிறிது ஓய்வாக இருக்கும் பொழுது கவிதைகள் எழுதினார்.

குகை வாழ்க்கையானது மழைக்காலங்களில் மிகவும் சிரமமான தாக இருந்தது. குகை முழுவதிலும் ஈரக்கசிவு இருந்தது. அதன் இடுக்குகளிலிருந்து சொட்டும் மழைநீர், சிரமத்தை மேலும் அதிகப்படுத்தியது. கடுங்குளிரான நேரத்தில், சுள்ளிகளைக் கொண்டு நெருப்பு மூட்டி குளிர் காய்ந்தார்கள். முறை வைத்துக்கொண்டு ஒவ்வொருவராக நெருப்பு அணையாமல் பார்த்துக்கொண்டார்கள். அந்த நேரங்களில் நிகுயனைச்சுற்றி மற்றவர்கள் உட்கார்ந்து கொள்ள, நிகுயன் தனது சோவியத் பயணம், ரஷ்யப் புரட்சி, சோசலிசச் சாதனை போன்றவை குறித்து உற்சாகமாக அவர்களுக்கு விளக்கிக் கூறுவார்.

'பாக்போ' என்றழைக்கப்படும் இந்த இடத்துக்கு வந்த உடனேயே, நிகுயன் தனது வியத்னாமிய தோழர்களுக்கு தகவல் அனுப்பினார். அவர்களும் தலைமறைவாக வந்து அவரைச் சந்தித்து உரையாடினர். கட்சியினுடைய மத்திய கமிட்டியின் விரிவடைந்த கூட்டத்துக்கான அடிப்படை வேலைகளைச் செய்துமுடித்தார். அகிலத்தின் பிரதிநிதி என்ற முறையிலேயே அவர் செயல்பட்டார்.

அச்சமயத்தில், இந்தோ - சைனாவிலும் ஐரோப்பாவிலும் கடுமையான அரசியல் நிகழ்ச்சிப் போக்குகள் உருவெடுத்து வந்தன.

1940-ம் ஆண்டு ஜூன் மாதத்தில், பிரான்ஸ் நாடு ஜெர்மனியிடம் சரணடைந்தபின் அங்கு ஆட்சிக்கு வந்த விக்கி பொம்மை அரசாங்கத்தின் ஆதரவுடன், பாசிச சக்திகள் இந்தோ-சைனாவில் ஆட்சிக்கு வந்தன. அதே சமயத்தில் பாசிஸ்ட் இட்லரின் கூட்டாளியான ஜப்பான், தெற்கு சீனாவைக் கைப்பற்றிக் கொண்ட பின்பு வியத்னாம் நாட்டு எல்லையை நெருங்கிக் கொண்டிருந்தது. அவ்வாண்டு ஆகஸ்ட் மாதத்தில், விக்கி அரசாங்கமும் ஜப்பான் அரசாங்கமும் ஓர் ஒப்பந்தத்தில் கையொப்பமிட்டன. அதன்படி தூரக்கிழக்குப் பகுதியில் ஜப்பானின் மேலாதிக்கத்தை பிரான்ஸ் ஏற்றுக்கொண்டதுடன், அதற்கு இந்தோ-சைனாவிலும் சில ராணுவ உரிமைகளைக் கொடுத்தது.

ஆனால், ஜப்பானின் ராணுவ வெறியர்கள் அதோடு திருப்தி யடைந்துவிடவில்லை. செப்டம்பர் மாதத்தில் வியத்னாமுக்குள் படையை அனுப்பி, அதன் எல்லை நகரங்கள் பலவற்றைக் கைப்பற்றிக்கொண்டதோடு ஹைபாங் துறைமுகத்தில் ஒரு கடற்படையையும் இறக்கினர். பிரெஞ்சு அரசாங்கத்தின் பலவீனத்தைப் பயன்படுத்திக் கொண்டு, ஒவ்வொரு சலுகையாகப் பெற்றுக்கொண்டு ஜப்பான், இந்தோ-சைனாவில் அமைதியாக ஆக்கிரமிப்பை செய்து கொண்டு வந்தது.

இதை எதிர்த்து வியத்னாமிய தேசபக்தர்கள் எழுச்சிகர நட வடிக்கைகளில் ஈடுபட்டனர். ஆனால், நாடு முழுவதிலும் ஓர் எழுச்சியை உருவாக்குவதற்கான வாய்ப்பு அப்பொழுதில்லை. எனவேதான், அக்டோபர் மாதத்தில் வடக்கு வியத்னாம் பகுதியில் கூடிய கட்சியினுடைய மத்தியக் கமிட்டியின் ஏழாவது பிளீனம், ஓர் எழுச்சியை ஆரம்பிக்க வேண்டுமென்ற கருத்தை நிராகரித்தது. அவ்வாறு செய்வது பக்குவமற்றது என்று கூறியது. புரட்சிகர சக்திகளைப் பாதுகாத்து பலப்படுத்துவது, கெரில்லா தளங்களை தொடர்ச்சியாக ஏற்படுத்துவது, தேசம் முழுமை யிலான எழுச்சிக்குத் தயார் செய்வது ஆகியவைதான் முக்கிய மானவை என்று பிளீனம் கூறியது.

ஆனால் 'நம்கி' (Namki) என்ற இடத்தைச் சேர்ந்த கட்சிக்கிளைக்கு, பிளீனத்தின் இந்த முடிவு எட்டவில்லை. அதனுடைய பிரதிநிதி, சைகோன் நகரத்துக்குத் திரும்பிய உடனேயே கைது செய்யப் பட்டார். மேலும், எழுச்சி நடைபெறவேண்டிய தேதி, நேரம் குறித்த ரகசியத் தகவலையும் பிரெஞ்சு ரகசியப் போலீஸ் தெரிந்து

கொண்டது. பல தலைவர்களைக் கைதுசெய்தது. புரட்சிகர மனோபாவம் கொண்ட வியத்னாமிய சிப்பாய்கள் நிராயுத பாணியாக்கப்பட்டு, அவர்களுடைய முகாம்களிலேயே காவலில் வைக்கப்பட்டனர்.

இருந்தபோதிலும், திட்டமிட்டபடி எழுச்சி குறித்த நேரத்தில் தொடங்கியது. முதலில் கிளர்ச்சிக்காரர்களுக்கு பெரும் வெற்றிகள் கிடைத்தன. ஆனால், இரண்டு மாதத்துக்குப் பின்னர் அவர்கள் சிதறடிக்கப்பட்டனர். நூற்றுக்கும் மேலானோர் சுட்டுக் கொல்லப்பட்டனர். இவர்களில், வியத்னாம் கம்யூனிஸ்ட் இயக்கத்தின் பல பிரபல தலைவர்களும் உள்ளடங்குவர். ஏராளமானோர் 'பாங்லோ காண்டர்' புலிக்கூண்டு சிறைக்கு அனுப்பப்பட்டனர்.

கம்யூனிஸ்ட் கட்சி இத்தகைய தாக்குதல்கள் அனைத்தையும் தாங்கிநின்று தொடர்ந்து போராடி வந்தபோதிலும், புதிய அரசியல் நிலைமைக்கேற்றோர்போல் ஒரு நீண்டகால அரசியல் நடைமுறைக் கொள்கைவழியை உருவாக்க வேண்டிய தேவை ஏற்பட்டது.

1941-ஆம் ஆண்டு மே மாதம் 10-ஆம் தேதியன்று கட்சியினுடைய மத்தியக் கமிட்டியின் 8-ஆவது பிளீனம் அடர்ந்த காட்டுக்குள் உருவாக்கப்பட்ட ஒரு குடிசையில் நடைபெற்றது. கூட்டத்துக்கு நிகுயன் தலைமை தாங்கினார். கடந்த ஓராண்டுகால நிகழ்ச்சிகள், நமது நாடு எந்தவொரு வாய்ப்பையும் பயன்படுத்தி ஆயுத மேந்தத் தயாராக இருப்பதையே காண்பிக்கிறது என்று கூறிய நிகுயன், மக்களுடைய புரட்சிகர உற்சாகத்தை நாம் முற்றிலும் வரவேற்பதுடன், அதை புத்திசாலித்தனமாகப் பயன்படுத்த வேண்டுமென்றும் தெளிவுபடுத்தினார். மக்களின் தேசபக்த உணர்வை கட்சி தட்டியெழுப்பி, சமூகத்தின் அனைத்துத் தரப்பு மக்களின் ஆதரவையும் பெறவேண்டுமென்றும் பிரெஞ்சு மற்றும் ஜப்பானிய ஆக்கிரமிப்பாளர்களை விரட்டியடிக்கும் பொருட்டு நாட்டின் சக்திகள் அனைத்தையும் திரட்டவேண்டுமென்றும் நிகுயன் கூறினார். அந்தப் பிளீனம் இயற்றிய தீர்மானம் பின்வருமாறு கூறியது:

'நமது நாட்டின் நிலைமை வாழ்வா சாவா என்றிருப்பதால், இன்று தனிநபர் நலனும் வர்க்க நலனும் நாட்டின் நலன்களுக்கு உட்பட்டதாக ஆக்கப்பட வேண்டும். நமது நாடு தேசிய

சுதந்தரத்தை அடையவில்லையென்றால், அது என்றென்றைக் கும் அடிமைச் சங்கிலியில் கட்டுண்டு கிடக்கும் என்பது மட்டுமல்ல, ஒவ்வொரு தனிநபருடைய உரிமையும் ஒவ்வொரு வர்க்கத்தினுடைய உரிமையும் காலில் போட்டு மிதிக்கப்படும்.'

இந்தப் பிளீனமானது ஓராண்டு காலத்துக்கு முன்பு நிகுயன் கூறிய யோசனையை ஏற்றுக்கொண்டது. ஒரு வெகுஜன தேசபக்த அமைப்பை உருவாக்குவது அவசியமானதென்றும், அதனுடைய லட்சியங்கள், ஸ்தாபனம் மற்றும் அதனுடைய பெயரும்கூட பரந்துபட்ட மக்கட் பகுதிகளை ஆகர்ஷிப்பதாக இருக்கவேண்டுமென்றும், அதனை வழி நடத்திச்செல்லும் சக்தியாக கம்யூனிஸ்ட் கட்சி இருக்கவேண்டும் என்றும் நிகுயன் கூறியிருந்த யோசனையை, மாநாடு ஏற்றுக்கொண்டது. நீண்ட விவாதத்துக்குப் பிறகு, அந்தப் புதிய அமைப்புக்கு 'வியத்னாம் சுதந்தரத்துக்கான கழகம்' (League for the Independence of Vietnam) என்று பெயரிடப்பட்டது. மக்கள் சுலபமாக நினைவிற் வைத்துக் கொள்ளக்கூடிய, அவர்கள் தினமும் அழைக்கிற ஒரு சுருக்கமான பெயரையும் அந்த அமைப்பு கொண்டிருக்க வேண்டுமென்று ஆலோசனை கூறிய நிகுயன், 'வியத்மின்' (Vietminh) என்ற பெயரையும் வைக்கலாமென்று கூறினார். பிளீனம் அதை மகிழ்ச்சியோடு ஏற்றுக்கொண்டது.

புரட்சி வெற்றியடைய வேண்டுமானால் ஒரு ஆயுத எழுச்சி உருவாக்கப்பட வேண்டும் என்ற முடிவுக்கு வந்த பிளீனம், பின்வரும் வார்த்தைகளில் அதைத் தெளிவுபடுத்தியது:

'இன்றைய கட்டத்தில் ஒரு எழுச்சிக்கு தயாரிப்பு செய்வது என்பதுதான் கட்சியினுடைய மற்றும் தேசத்தினுடைய பிரதான லட்சியம்' என்று கூறியது. அதற்காக சாத்தியமான இடங்களில் கெரில்லா தளங்களை உருவாக்குவது, எதிரியின் துருப்புகள் வரமுடியாத தனித்தனியான பகுதிகளில் ஆயுத எழுச்சிகள் நடத்தி அதிகாரத்தைக் கைப்பற்றுவது, ஆயுத எழுச்சிக்குத் தயார் செய்வது என்ற ஒரு புதிய நீண்டகால நடைமுறைக் கொள்கையை இந்தப் பிளீனம் நிறைவேற்றியது.

அத்துடன் இந்தோ-சைனாவிலுள்ள மூன்று நாடுகளான வியத்னாம், லாவோஸ், கம்போடியா ஆகிய நாடுகளிடையே சமூக மற்றும் அரசியல் கருத்து மாறுபாடுகள் ஆழமானதன் காரணமாக, ஒவ்வொரு நாடும் தனித்தனியாக தனது தேசிய

இனப்பிரச்னையை ஆராய்ந்துகொள்ள வேண்டும் என்றும் இந்தப் பிளீனம் முடிவு செய்தது. இதன் காரணமாக, 'இந்தோ-சைனா சமஷ்டிக் குடியரசு அரசாங்கத்தை' உருவாக்குவதென்ற கட்சியின் முழக்கமானது, 'வியத்னாமிய ஜனநாயகக் குடியரசை' உருவாக்குவது என்ற முழக்கமாக மாறியது. வியத்னாம், கம்போடிய தேசபக்தர்களிடையே பிளவை ஏற்படுத்தவேண்டும் என்பதற்காக பொய்ப் பிரசாரத்தைக் கட்டவிழ்த்துவிட்டிருந்த பிரான்ஸ் மற்றும் ஜப்பானின் சதித்திட்டங்கள், இதன் காரணமாக தோல்வியடைந்தன என்பதுடன் இந்த மூன்று நாடுகளிலும் தேசிய விடுதலை இயக்கம் பெரும் வளர்ச்சியடைவதற்கு அது இட்டுச் சென்றது.

பத்து நாள்கள் நடைபெற்ற இந்தப் பிளீனம், அடர்த்தியான செடிகொடிகளுக்கும் புதர்களுக்குமிடையில் நடைபெற்றது. மரங்களிலிருந்த குரங்குகளின் கத்தல்களுக்கும் பறவைகள் எழுப்பும் ஒலிகளுக்குமிடையில் நடைபெற்ற இந்தக் கூட்டம், நாள்கணக்கில் நீடித்த பலத்த மழையையும் சந்திக்க வேண்டி யிருந்தது. அருகிலிருந்த நீரோடையில் பெரும் வெள்ளப் பெருக்கெடுத்து அது கூட்டம் நடக்கும் இடமருகே வந்து விட்டது. இந்தக் கூட்டத்தில் பேசிய பிரதிநிதி ஒருவர் நிகுயனை, 'மாமா நிகுயன்' என்று கிராமியபாணியில் விளித்தார். அன்றிலிருந்து 'நிகுயன் மாமா' என்ற பெயரே அவருக்கு நிலைத்துவிட்டது. பின்னர் அது 'ஹோமாமா' என்று உலகம் முழுவதும் பிரபலமானது.

வெள்ளம் சற்று வடிந்து வானத்தில் வெண்மைநிறம் பரவத் தொடங்கியதும் பிரதிநிதிகள் ஒவ்வொருவராக பயண மானார்கள்.

நிகுயனுடைய ரகசிய இருப்பிடம் குறித்து மன்னனுடைய ரகசிய போலீஸ் அறிய முடியவில்லை. ஆனால், எந்தப் பகுதியிலிருந்து அவர் செயல்படுகிறார் என்பதை அதனால் யூகிக்க முடிந்தது. நிகுயன் இருந்த பகுதி முழுவதையும் போலீஸ் சுற்றிவளைக்கத் தொடங்கியது. எனவே, நிகுயனை பாதுகாப்பாக வேறு இடத் துக்குக் கொண்டுசெல்ல வேண்டுமென்று முடிவு செய்யப் பட்டது. அதை எப்படிச் செய்வதென்று யாருக்கும் புரிய வில்லை. அதற்கும் நிகுயனே வழி சொன்னார். வியத்னாமிய கிராமங்களில் உள்ள பேயோட்டி நோய் குணமாக்கும் மந்திரவாதிகள் போல உடையணிந்து, ஒரு பெட்டியில் வாத்து

இறகு, சாம்பிராணி, பேயோட்டுவது சம்பந்தமான சில பழைய புத்தகங்களை எடுத்துக்கொண்டு, தனக்கு வழிகாட்டுபவரை தனது சிஷ்யனாக வைத்துக்கொண்டு, தனது புதிய ரகசிய இருப்பிடத்துக்கு அவர் வந்துசேர்ந்தார்.

1941 ஜூன் மாதத்தில், தனது நாட்டு மக்களுக்கு நிகுயன் ஒரு வேண்டுகோள் விடுத்தார். தேசிய விடுதலைக்காக அவர்கள் ஆயுதமேந்த வேண்டுமென அவர் அறைகூவல் விடுத்தார். ஜப்பானியர்களையும் பிரெஞ்சுக்காரர்களையும் தூக்கி எறிக என்று அவர் எழுதிய வேண்டுகோள் பிரசுரம், நகரங்களிலும் கிராமங்களிலும் வீடுவீடாகப் பரவியது.

புதிய இடமான 'பாக்போ'வுக்கு வந்தவுடன் கட்சிப் பத்திரிகை ஒன்றைத் தொடங்கவேண்டுமென்று நிகுயன் கூறினார். மூங்கிற்கூழினால் தயாரிக்கப்பட்ட காகிதத்தை, தட்டையான கல்மீது எண்ணெய்ப் பசையைக் கொண்டு வரையப்பட்ட எழுத்துகளின்மேல் மையை இட்டு அச்சடிக்கும் முறையில் இந்தப் பத்திரிகை வெளியானது.

இறுதியாக, வியட்மின் அமைப்பின் அதிகாரபூர்வ பத்திரிகையாக 'சுதந்தர வியத்னாம்' (Independent Vietnam) என்ற பத்திரிகை வெளிவந்தது. வெகுவிரைவில் அது கெரில்லாக்களின் கட்டுப் பாட்டிலுள்ள பகுதியில் பரந்த அளவில் விநியோகமானது.

இந்தக் காலகட்டத்தில் நிகுயன், ராணுவ விஞ்ஞானத்தைக் கற்பதில் மிகுந்த ஆர்வம் காட்டினார். 'யுத்த முறைகள்' போன்ற புத்தகங்களை வியத்னாமிய மொழியில் மொழியாக்கம் செய்தார். இத்தகைய பிரசுரங்களும் புத்தகங்களும் கெரில்லாக் களிடையே விநியோகம் செய்யப்பட்டன.

இந்த வேலையோடு கூடவே, நிகுயன் இரண்டு கவிதை நூல்களையும் எழுதினார். 'நமது நாட்டின் வரலாறு', '1847 முதல் 1947 வரை' போன்ற கவிதை நூல்கள் வெகுவிரைவில் பிரபல மாயின.

11. சிறைதடையல்ல!

வியத்னாம்மீது ஜப்பானிய ஆக்கிரமிப்பு வலுவடைந்ததைத் தொடர்ந்து அந்த வியத்னாம் நாட்டின் தேசபக்த இயக்கம் பல புதிய சிரமங்களைச் சந்திக்க வேண்டியிருந்தது. நாட்டின் வடக்குப் பகுதிக்கும் தெற்குப் பகுதிக்குமிடையேயான தகவல் தொடர்பு வழிகள் துண்டிக்கப்பட்டன. கெரில்லாக்கள் வெளி உலகத்துடன் கொண்டிருந்த தொடர்பு துண்டிக்கப்பட்டது.

இரண்டாம் உலகப் போர் எந்த வழியில் செல்கிறது, சீனாவில் ஜப்பானிய - எதிர்ப்பு இயக்கம் எந்த அளவில் உள்ளது என்பது குறித்து, நிகுயனுக்கும் அவருடைய தோழர்களுக்கும் ஒரு விபரமும் கிடைக்கவில்லை. இட்லர் எதிர்ப்புக் கூட்டணியின் அரசியல் மற்றும் பொருள் உதவி 'வியட்மின்' அமைப்புக்கு மிகவும் தேவைப்பட்டது. கெரில்லா குழுக்கள் பலவற்றிடம் துப்பாக்கி முதலிய வெடிமருந்து ஆயுதங்கள் எதுவும் கிடையாது. எனவே, தெற்கு சைனாவிலுள்ள ஏராளமான வியத்னாமிய குடியேற்றக்காரர்கள் அமைப்புடன் மீண்டும் தொடர்பு ஏற்படுத்திக்கொண்டு அவர்களை 'வியட்மின்' அமைப்புக்குள் கொண்டுவர வேண்டி

இருந்தது. இதற்காக வியட்மினின் ஓர் அதிகாரப் பிரதிநிதியை சீனாவுக்கு அனுப்ப வேண்டிய தேவை ஏற்பட்டது.

ஆனால் இந்தப்பணியை நிகுயன் மட்டுமே சரிவர செய்ய முடியும், வேறு எவராலும் செய்யமுடியாது என்ற நிலைமையிருந்ததால், நிகுயனே சீனாவுக்குப் புறப்பட்டார். சீன மற்றும் பிரெஞ்ச் மொழியில் தனக்காகவே சில சிபாரிசுக் கடிதங்களைத் தயாரித்துக்கொண்டு நிகுயன் கிளம்பினார்.

பிரெஞ்ச் மற்றும் ஜப்பானிய ரகசியப் போலீசார் தன்னைப் பின்தொடராதிருக்கும் பொருட்டு, அவர் தனக்கு ஒரு புதிய பெயரைச் சூட்டிக்கொண்டார்.

'ஹோ-சி-மின்' என்று அப்பொழுது அவர் சூட்டிக்கொண்ட பெயரே அவருடைய நிரந்தரமான பெயராகிவிட்டது. உலக வரலாறிலும் புகழ்பெற்ற பெயராகிவிட்டது.

1942 ஆகஸ்ட் 29-ம் தேதியன்று இரண்டு வழிகாட்டிகளுடன் ஹோ-சி-மின் தனது நடைப்பயணத்தைத் தொடர்ந்தார். கண்பார்வை சரியில்லாத ஒரு விவசாயி போல ஒரு தடியை ஊன்றிக்கொண்டு அவர் நடக்கத் தொடங்கினார். சீன எல்லையை அடைந்தவுடன், ஒரு வயதான சீனக் கம்யூனிஸ்ட் துணையுடன் நடக்கத் தொடங்கினார். வியத்னாமிய வழிகாட்டிகள் திரும்பிவிட்டனர்.

தியன்டுங் என்ற நகரத்தை அவர்கள் அடைந்தபொழுது இருட்டிவிட்டது. எனவே, ஹோ-சி-மின்னும் அவரது வழிகாட்டியும் ஒரு சத்திரத்தில் தங்கினர். அதிகாலையில் அந்த சத்திரத்துக்குள் புகுந்த போலீஸ், ஹோவையும் அவருடைய வழிகாட்டியையும் கைது செய்து, 'நன்னிங்' என்ற நகரத்தின் சிறைக்குக் கொண்டுசென்று அங்கே அடைத்தது.

பாக்கோ தலைமையகத்திலிருந்தவர்களுக்கு சுமார் ஒருமாத காலத்துக்கு ஹோ-சி-மின் என்னவானார் என்ற தகவலே கிடைக்கவில்லை. அவரைத் தேடிக் கண்டுபிடிக்க பல தோழர்கள் சீனாவுக்கு அனுப்பப்பட்டனர். இறுதியாக அவர்களில் ஒருவர் நன்னிங் சிறை வார்டன் ஒருவனுக்கு லஞ்சம் கொடுத்து ஹோ-சி-மின்னுடன் தொடர்பு கொண்டார். அவர் கொடுத்து அனுப்பிய சீன செய்தித்தாள் ஒன்றையும் எடுத்துக்கொண்டு திரும்பி வந்தார்.

அந்தச் செய்தித்தாளில் கஞ்சித் தண்ணீரைக் கொண்டு சில வாக்கியங்களை ஹோ எழுதியிருந்தார். எனவே, அந்தப் பத்திரிகைமீது அயோடினைத் தடவியவுடன் அந்த எழுத்துகள் தெரிந்தன. ஹோ, கைதான விபரமும் தலைமைக்குக் கிடைத்தது. இதைத் தொடர்ந்து ஒவ்வொரு வாரமும் இத்தகைய முறையில் ஹோவிடமிருந்து தகவல்கள் கிடைத்தன.

சிறைச்சாலையில் ஹோ, 'போல்ஷ்விக்' பிரசாரம் செய்கிறார் என்று அதிகாரிகளிடம் ஒரு கைதி தகவல் அளித்ததைத் தொடர்ந்து, ஹோவுக்கு குதிகாலில் பத்து பிரம்படி தண்டனை கொடுக்கப்பட்டு வேறொரு சிறைச்சாலைக்கு அனுப்பப் பட்டார். அங்கிருந்து ஒவ்வொரு சிறையாக மாற்றப்பட்டார். அந்த குவாங்ஸி மாநிலத்தின் 13 மாவட்டங்களில் உள்ள 30 சிறைச்சாலைகளுக்கு மாறி மாறி இழுத்துச் செல்லப்பட்டார். கழுத்தில் பெரிய மரக்கட்டை கட்டப்பட்டு, கையில் விலங்கிடப் பட்டு, மலைப்பாதைகள் வழியாகவும் சதுப்பு நிலங்கள் வழியாகவும் தகிக்கும் வெயிலில், கொட்டும் மழையில் காவலர்களால் இழுத்துச் செல்லப்பட்டார். காட்டுப் பூச்சிகளும் விஷஜந்துக்களும் நிறைந்திருந்த இடங்களில் தரையில் படுக்கும்படி செய்யப்பட்டார். 13 மாதங்கள் அவர் அனுபவித்த கொடுமைகள் மற்றும் சித்ரவதைகள் காரணமாக, அவருடைய தலை முடியே நரைத்துப் போனது; பல பற்கள் விழுந்துவிட்டன.

எவ்வளவுதான் கொடுமைகள் இழைக்கப்பட்டாலும், எஃகு போன்ற மனஉறுதி கொண்ட ஹோவை அவை சோர்வடையச் செய்ய முடியவில்லை.

ஹோ-சி-மின் எந்தச் சிறைக்கு மாற்றப்பட்டாலும், வெளியி லிருந்த கட்சித் தலைமையுடன் ரகசியத் தொடர்புகள் தொடர்ந்து இருந்து வந்தது. 1943-ம் ஆண்டு பிப்ரவரி மாதத்தில் லீசௌ என்ற இடத்திலுள்ள சிறைச் சாலையில், சீனப் பத்திரிகையொன்று ஹோவுக்கு ரகசியமாகக் கிடைத்தது. அவர்மீது அனுதாபம் கொண்ட சிறை வார்டன் ஒருவர் அதைக் கொண்டுவந்து கொடுத் தார். அதைப் படித்த ஹோ அளவற்ற மகிழ்ச்சி அடைந்தார்.

'ஸ்டாலின் கிராடு போரில், ஜெர்மானியப் படைகளை சோவியத் செஞ்சேனை நாசம் செய்தது. '3 லட்சத்து 30 ஆயிரம் ஜெர் மானியத் துருப்புகள் சரணடைந்தன' என்று அந்தப் பத்திரிகையி லிருந்த செய்தி, 'வியத்னாம் நாடு விடுதலையடையும் நாள் வெகு

தொலைவில் இல்லை' என்ற எண்ணத்தை அவர் உள்ளத்தில் ஏற்படுத்தியது.

அந்த மகத்தான ஸ்டாலின் கிராடு வெற்றியைக் கொண்டாடியே தீரவேண்டுமென்று கருதிய ஹோ, தான் ஒளித்துவைத்திருந்த ஒரே ஒரு வெள்ளிக் காசை அந்த வார்டனிடம் கொடுத்து சோயாபீன்ஸ் ரஸ்க், சிறிது இனிப்புப் பொருள்கள், வாசனைத் தேநீர் வாங்கிவரச் சொல்லி அந்த வெற்றியைக் கொண்டாடினார். இதேபோல் வியத்னாமின் பல்வேறு சிறைச்சாலைகளில் இருந்த கம்யூனிஸ்ட்களும் சுதந்தரப் போராட்ட வீரர்களும் இந்த வெற்றியைக் கொண்டாடினார்கள்.

இந்தோ-சைனா கம்யூனிஸ்ட் கட்சி, ஹோ-சி-மின் விடுதலைக் காக பல்வேறு வியத்னாமியக் குழுக்களிடையேயும் தெற்கு சைனாவிலிருந்த வியத்னாமியக் குடியேற்றக்காரர்களிடையே யும் பெரும் பிரசார இயக்கத்தைக் கட்டவிழ்த்துவிட்டது. சீன ஆட்சியாளர்களுக்கு நூற்றுக்கணக்கான மனுக்கள் அனுப்பப் பட்டன. இந்த வேண்டுகோள் மனு, கம்யூனிஸ்ட் அகிலத்துக் கும், டாஸ் செய்தி நிறுவனத்துக்கும், ஏராளமான சீனப் பத்திரிகைகளுக்கும், சீனாவின் அரசியல் தலைவர்களுக்கும் அனுப்பப்பட்டன.

1943-ம் ஆண்டின் நடுவில், ஹோ-சி-மின், சிறையில் இறந்து விட்டதாக ஒரு தகவல் வியத்னாம் கட்சித் தலைமைக்குக் கிடைத்தது. அவர்கள் அடைந்த வேதனையை விவரிக்க வார்த்தை ஏது? ஹோவுக்கு அஞ்சலி செலுத்தும் கூட்டம் ஒன்று நடைபெற்றது. பாம் வான் டாங், இரங்கல் உரையை எழுதினார். அதன்பின்னர் வியத்னாமிய வழக்கப்படி ஹோவினுடைய மூங்கில் பெட்டி திறக்கப்பட்டு, அதிலிருந்த பொருள்களை அவருடைய நண்பர்கள் நினைவுப் பொருளாக வைத்துக் கொள்ளும் பொருட்டு அவர்களிடையே விநியோகிக்கப்பட்டு விட்டன. அத்துடன் ஹோ எவ்வாறு மரணமடைந்தார்? அவ ருடைய சமாதி எங்கேயிருக்கிறது என்பதை அறிந்து வருவதற் காக கட்சித்தலைமை, ஒருவரை சீனாவுக்கு அனுப்பியது.

பலவாரங்களுக்கு ஒரு செய்தியும் கிடைக்கவில்லை. திடீரென்று கட்சித் தலைமைக்கு சீன நாளிதழ் ஒன்று கிடைத்தது. அதன் ஓரங்களில் அயோடினைத் தடவி கண்டபொழுது, 'நாட்டிலுள்ள எனது சகோதரர்களுக்கு நல்வாழ்த்துகள். இங்கே நாங்கள்

நலமாக இருக்கிறோம்!' என்று எழுதப்பட்டு, அதற்குக் கீழே ஒரு கவிதையும் எழுதப்பட்டிருந்தது. ஹோ இறக்கவில்லை, உயிருடன் இருக்கிறார். அதுவும் சிறையிலிருந்து விடுவிக்கப் பட்டு விட்டார் என்பதைப் புரிந்துகொண்ட வியத்னாம் மக்கள் மகிழ்ச்சிப் பரவசத்தில் ஆழ்ந்தார்கள்.

சியாங்-கே-ஷேக்கின் சீன அரசாங்கம், ஹோ-சி-மின்னை திடீரென விடுதலை செய்ததற்கு என்ன காரணம்?

1940-ஆம் ஆண்டுகளின் ஆரம்பத்தில் ராணுவ வெறி கொண்ட ஜப்பான் நாடு, இந்தோ-சைனாவைக் கைப்பற்றியது, அச்சமயம், அந்த ஆக்கிரமிப்பாளர்களை விரட்டுவதற்கு வியத்னாமியர் களுக்கு உதவி செய்வதென்ற பெயரில் இந்தோ-சைனாவுக்குள் நுழைய சியாங்கின் அரசாங்கம் முடிவு செய்தது. அதன் பொருட்டு சில வியத்னாமிய ஏஜெண்டுகளைத் தயார் செய்தது. ஆனால், அந்தக் கூலிப்படைகளால் வியத்னாமியர்களை அணிதிரட்ட முடியவில்லை. தனது நம்பகமான பிரதிநிதி ஒருவரை சியாங், வியத்னாமுக்குள் அனுப்பி அங்குள்ள நிலைமையைக் கண்டு வர அனுப்பினார். அந்தப் பிரதிநிதி போய்த் திரும்பிவந்து 'வியத்னாம் மக்களில் 80 சதவிகிதத்துக்கும் அதிகமானோர் வியட்மின் அமைப்பை ஆதரிக்கிறார்கள். நாம் வியத்னாமைப் பிடிக்கவேண்டுமென்றால், வியட்மின் ஆதரவை எந்த விலை கொடுத்தாவது நாம் பெறவேண்டும்' என்று கூறினார்.

சியாங்-கே-ஷேக், உடனே தனது யுக்தியை மாற்றிக்கொண்டு, வியட்மின் உள்பட அனைத்து வியத்னாமிய தேசபக்த சக்தி களையும் கொண்ட ஒரு மாநாட்டைக் கூட்டும்படி உத்தர விட்டான். க்வாங்ஸி ராணுவ மாவட்டத்தின் தளபதியாக இருந்த சாங் பஹி என்பவன், வியட்மின் அமைப்பின் ஆதரவைப் பெறுவதில் ஆர்வமாக இருந்தான். அச்சமயத்தில் ஹோ-சி-மின், லிசெள சிறைக்கு மீண்டும் கொண்டுவரப்பட்டிருந்தார். ஒரு முக்கியமான வியட்மின் பிரதிநிதி சிறையில் இருக்கிறார் என்று தகவலறிந்த சாங்பஹி, உடனே ஹோ-சி-மின்னை விடுதலை செய்ய உத்தரவிட்டான். 13 மாத கால கொடிய சிறைவாசத்துக்குப் பின் ஹோ விடுதலையானார்.

விடுதலையான ஹோ-சி-மின், உடனே நெடும் பயணம் மேற்கொள்ளவில்லை. 400 நாள்கள் கொடிய சிறை வாழ்வு,

அவரது கண்பார்வையை பாதிக்கச் செய்திருந்தது. கால்களோ, வலியால் வேதனைப்பட்டுக் கொண்டிருந்தன. எனவே, சில நாள்கள் ஓய்வும் நடைப்பயிற்சியும் அவருக்கு பெரிதும் தேவைப்பட்டன. அவரது அற்புதமான மனஉறுதி, மீண்டும் அவருக்கு கை கொடுத்தது. தினமும் நீண்ட நேரம் நடக்கத் தொடங்கினார். இழந்துவந்த கண்பார்வையை மீண்டும் பெறும் பொருட்டு, இருட்டியவுடன் இருட்டையே உற்றுநோக்கி வரலானார். படிப்படியாக அவரது உடல் நிலையில் முன்னேற்றம் ஏற்பட்டது.

வியத்னாம் சம்பந்தமான தயாரிப்புக் குழுவில் சேரும்படி ஹோ கேட்டுக்கொள்ளப்பட்டார். 'நான் ஏராளமான நாள்களை ஏற்கெனவே சிறையில் வீணாக்கிவிட்டேன். வியத்னாமுக்கு நான் உடனடியாகப் போய்த் தீரவேண்டும். வியட்மின் அமைப்பின் இதர பிரதிநிதிகள் இதில் கலந்து கொள்வார்கள் என்று ஹோ பதிலளித்தார். வியத்னாமை எவ்வாறாவது பிடிக்கவேண்டுமென்று திட்டம் தீட்டிக் கொண்டிருந்த சாங் பஹி, மீண்டும் ஹோவுக்கு வேண்டுகோள் விடுத்தான். அவன் அனுப்பிய கடிதத்திலேயே, அதன் உள்நோக்கம் ஹோவுக்கு தெளிவாகப் புலப்பட்டது. இருந்தபோதிலும், புதிய சூழ்நிலையில் இந்த வாய்ப்பைப் பயன்படுத்தவேண்டியது அவசியம் என்று ஹோ கருதினார்.

சியாங்-கே-ஷேக்கின் திட்டம் பின்வருமாறு இருந்தது: இரண்டாம் உலகப் போர் முடிவுறும் தருவாயில் இருக்கிறது. ஸ்டாலின் கிராடு வெற்றிக்குப்பின் சோவியத் செஞ்சேனை யானது, ஜெர்மானியப் படைகளை விரட்டியடித்துக் கொண்டு இருந்தது. ஜப்பானியக் கடற்படைகளை, அமெரிக்கப் படைகள் தென் பசிபிக் கடலில் மூழ்கடித்துக் கொண்டிருந்தன. இந்தோ - சைனாவில் ஆங்கில - அமெரிக்கப் படைகள் குவியலாம். எனவே, அதற்கும் முன்பாகவே இந்தோ - சைனாவைப் பிடித்துக் கொள்ள வேண்டுமென்பது சியாங்-கே-ஷேக்கின் உள்நோக்க மாகஇருந்தது. ஜப்பானியப் படைகளை எதிர்த்துப் போராடு வதற்காக சீனாவிலேயே கம்யூனிஸ்ட்களுடன் கூட்டுவைத்துக் கொண்டுள்ளபோது, வியத்னாமில் வியட்மின் அமைப்பின் ஆதரவைக் கோருவதில் என்ன தவறென்று சியாங்-கே-ஷேக் கருதினார். அதன் பொருட்டே, இந்தப் பேச்சு வார்த்தையில் வியட்மின் அமைப்பை சேரும்படி அழைத்தார்.

சிறிது காலம் கழித்து இந்த மாநாடு நடைபெற்றது. மோசடியான இந்த மாநாட்டை, ஹோ மிகத் திறமையாகப் பயன்படுத்தினார். வியட்மின் அமைப்பின் தேச பக்தியை விளக்கிய ஹோ-சி-மின், ஜப்பானியர்களை விரட்டியடிப்பதில் வியத்நாம் நாட்டின் கம்யூனிஸ்ட்டுகள் ஆற்றிவரும் பங்கைச் சுட்டிக்காட்டிப் பேசினார்.

மாநாடு முடிந்ததும், ஹோ-சி-மின் வியத்நாமுக்குச் செல்ல அனுமதி தரப்பட்டது. ஹோ தனது தோழர்களிடம் கூறினார்:

'இந்த மாநாடு, நமக்கு பெரும் வெற்றியாகும். சியாங்-கே-ஷேக் குறித்து நமக்கு எவ்வித பிரமையும் கிடையாது. இந்த மாநாட்டை புறக்கணித்திருந்தால், அது பெரிய தவறாக இருந்திருக்கும். சீனாவின் மூலமாக நேச நாடுகளுடன் தொடர்பு கொண்டு, அவர்களின் ஆதரவைப் பெற நாம் முயற்சிக்க வேண்டும்!'

ஹோ-சி-மின், 1944-ம் ஆண்டு ஜூலை மாதத்தில் 'பாக்போ' நகருக்கு திரும்பிவந்தார். தனது நண்பர்களையும் தோழர் களையும் கண்டு அவர் அளவு கடந்த மகிழ்ச்சியடைந்தார். அதேபோல் ஹோவின் வருகை, அனைவருக்கும் பெரும் உற்சாகத்தையும் உத்வேகத்தையும் ஏற்படுத்தியது.

ஹோவின் மகிழ்ச்சிக்கு மற்றொரு பெரிய காரணம் இருந்தது. 'வியத்மின்' அமைப்பானது நாடு முழுவதுமான அமைப்பாக உருவெடுத்திருந்தது. அதனுடைய தளங்களும், அதன் சார்பு அமைப்பான 'தேசிய விடுதலைக் கழகங்களும்' மத்திய வியத்நாம், சிவப்பு ஆற்று சமவெளிப்பகுதி, ஏன், சைகோன் பகுதியிலும்கூட வேகமாக வளர்ச்சிபெற்று வந்தன. மற்றொரு முக்கியமான அம்சம் என்னவென்றால், ஹனாய் நகரைச் சுற்றிலும் அதற்கு வடக்கிலுள்ள பகுதிகள் சிலவற்றிலும் 'பாதுகாப்பு மண்டலங்கள்' உருவாக்கப்பட்டிருந்தன. இதன் மூலம் கெரில்லாக்கள் பிடியிலிருந்த பகுதிகளுக்கும், தலைநகருக்குமிடையில் பாதுகாப்பான ஒரு நேரடிப்பாதை உருவானது. இதன் விளைவாக கட்சியின் மத்தியக் கமிட்டி, ஹனாய் நகரத்தின் நிலைமைகளை தனது கட்டுப்பாட்டின் கீழ் வைத்துக்கொள்ள முடிந்தது.

கம்யூனிஸ்ட் கட்சியானது, பிரபல வியத்நாமிய அறிவு ஜீவிகளுடனும் மாணவர் தலைவர்களுடனும் தொடர்பு

கொண்டது. இதன் விளைவாக 1944-ம் ஆண்டு ஜூன் மாதத்தில் வியத்நாம் ஜனநாயகக் கட்சி உருவாக்கப்பட்டது. தேசிய முதலாளித்துவ வர்க்கத்தின் புரட்சிகர கட்சியான இந்த ஜனநாயகக் கட்சி, வியத்மின் அமைப்புடன் தான் சேர விரும்புவதாகப் பிரகடனம் செய்தது. வியத்நாம் கம்யூனிஸ்ட் கட்சியானது, அரசாங்க ராணுவப் படைகள் மத்தியிலும் கிளர்ச்சிப் பிரசாரம் செய்தது. இதன் விளைவாக தேசிய விடுதலைக்கான ஊழியர்களின் சங்கம் என்ற அமைப்பு உருவானது. இது பின்னர், வியட்மின் அமைப்புடன் சேர்ந்துகொண்டது. ஹனாய் நகரத்தில் ராணுவத்தினரின் ரகசிய அமைப்புகள் உருவாக்கப்பட்டன.

அதே நேரத்தில் 'கலாசார கொள்கை குறித்த கோட்பாடுகள்' என்ற ஒரு திட்டத்தை கட்சி வெளியிட்டது. இது வியத்நாமிய கலை கலாசார மற்றும் இலக்கியத்தை மேம்படுத்தும் ஜனநாயக திட்டமாக விளங்கியது. இது, நாட்டின் முற்போக்கு அறிவு ஜீவிகளை தேச விடுதலைக்காகத் திரட்டுவதில் பெரும் பங்காற்றியது.

விடுதலையாகி வெளிவந்த ஹோ-சி-மின், வியத்நாமின் திட்டவட்டமான நிலைமைகளை ஆராய்ந்தார். வடக்கு மாநிலங்கள் சிலவற்றில் ஆயுத எழுச்சி நடத்த வேண்டுமென்று கட்சி முடிவு செய்ததை, சிறிது காலம் தள்ளிவைக்கும்படி ஹோ-சி-மின் ஆலோசனை நல்கினார். புரட்சிக்கான அமைதியான காலகட்டம் முடிந்து விட்டதென்றாலும், நாடு முழுவதும் ஆயுதக் கிளர்ச்சி நடத்தும் காலம் இன்னும் வரவில்லையென்பதைச் சுட்டிக்காட்டிய ஹோ-சி-மின், இன்றைய நிலையில் அரசியல் போராட்டத்துக்கு முன்னுரிமை அளிக்கவேண்டுமென்று கோரினார்.

அடுத்துச் செய்யவேண்டிய முக்கியமான பணிகள் குறித்து ஹோ-சி-மின் சிந்திக்கலானார். எதிரி பலமாக இருக்கும் நேரத்தி லேயே ஆயுத எழுச்சிக்கான நிலைமை பக்குவமடைந்தால், எத்தகைய நடவடிக்கைகளை எடுக்க வேண்டியிருக்கும் என்பது குறித்தும் அவர் ஆழ்ந்து சிந்தித்தார். ரஷிய மற்றும் சீனப் புரட்சியின் வரலாறுகளை விரிவாகப் பரிசீலித்த ஹோ-சி-மின், ஒரு திட்டவட்டமான முடிவுக்கு வந்தார். மக்கள் ஆதரவு பெற்ற விடுதலைப்படையை உருவாக்குவதன் மூலமே வியத்நாமிய புரட்சி வெற்றியடைய முடியும் என்று அவர் உறுதியாகக்

கூறினார். இந்த முடிவின் முதல் நடவடிக்கையாக 1944 டிசம்பர் 22-ம் தேதியன்று ஓர் உத்தரவில் அவர் கையெழுத்திட்டார். வியத்னாம் விடுதலைக்கான பிரசாரப்படை உருவாக்கப்பட வேண்டும் என்று ஹோ-சி-மின் அந்த உத்தரவில் கூறினார்.

'விடுதலை பிரசாரப்படை என்றால் ராணுவ தரப்பைவிட அரசியல் தரப்பு அதிக முக்கியத்துவம் வாய்ந்ததாகும். அது ஒரு பிரசாரக் கிளை. அதன் பிரதான கிளையானது, கெரில்லா, கிளைகளைச் சேர்ந்த மிகவும் உறுதி வாய்ந்த மற்றும் ஆர்வமுள்ள உறுப்பினர்களையும் ஊழியர்களையும் கொண்டதாகும். அது, கிடைக்கக்கூடிய ஆயுதங்களில் ஒரு பெரும் பகுதியைப் பயன்படுத்தும். நமது எதிர்ப்பு யுத்தமானது அனைத்து மக்களுடைய யுத்தம் என்பதால், அனைத்து மக்களும் அணி திரட்டப்பட்டு ஆயுதம் தரப்பட வேண்டும். யுக்தி வழிகளைப் பொறுத்தவரை நாம் கெரில்லாப் போர்முறைகளைப் பின்பற்றவேண்டும். ரகசியமாகச் செயல்பட்டு முன் முயற்சியுடன் உடனடி நடவடிக்கையில் இறங்கவேண்டும்' என்று அந்த உத்தரவில் ஹோ-சி-மின் கட்டளையிட்டிருந்தார்.

ஆரம்பத்தில் ஓ' நிகுயன் கியாப் தலைமையில் அமைக்கப்பட்ட 34 உறுப்பினர் படையினரிடம் ஒரு சில ஆயுதங்களே இருந்தன. இரண்டு நாள்களுக்குப் பிறகு, அந்தப் படை செயலில் இறங்கியது. பைகார்ட் மற்றும் நங்கன் என்ற இரு மாவட்டங்களில் உள்ள பிரெஞ்சு புறக்காவல் படை நிலையங்களை இந்த கெரில்லாப்படை தாக்கியது. பிரெஞ்சு கமாண்டர்களைக் கொன்று ஏராளமான ஆயுதங்களைக் கைப்பற்றியது. விடுதலைப் படையின் இந்த வெற்றி, அவர்களுடைய கட்டுப்பாட்டிலிருந்த பகுதிகளில் காட்டுத்தீயைப்போல் பரவி, போராளிகளிடையேயும் மக்களிடையேயும் பெரும் உற்சாக வெள்ளத்தை ஏற்படுத்தியது. ஒரு வார காலத்துக்குப்பின் ஓ' நிகுயன் கியாப்பினுடைய இந்தக் கிளை மிகப்பெரிய அளவில் விரிவடைந்தது.

12. ஜப்பான் தாக்குதல்

பாசிச ஆக்கிரமிப்பாளர்களுக்கு மரண அடி கொடுத்த இரண்டாம் உலகப் போர், அதன் இறுதிக்கட்டத்தை நோக்கி வந்து கொண்டிருந்தது. இதன் விளைவாக, வியத்னாமில் பிரெஞ்சுக்காரர்களுக்கும் ஜப்பானியர்களுக்கும் தங்கள் நலன்களைக் காப்பாற்றிக் கொள்வதில் மோதல் வலுத்தது. வியத்னாமுக்குள் ஆங்கிலேய - அமெரிக்கப் படைகள் இறங்குமானால், பிரெஞ்சுக்காரர் கள் தன் முதுகில் குத்திவிடுவார்கள் என்று ஜப்பான் பயந்தது. உண்மையில் நடந்ததும் அதுதான்! அமெரிக்க ஆங்கிலேயப் படைகள் பிரெஞ்சுக்காரர்களுக்கு உதவியாக, வியத்னா முக்குள் ராணுவத்தினரையும் ஆயுதங்களை யும் பாராசூட் மூலம் இறக்க ஆரம்பித்தனர். வியத்னாமுக்குள் மட்டுமல்ல, லாவோசுக் குள்ளும் இறக்க ஆரம்பித்தனர். இவற்றை அறிந்து ஆத்திரமடைந்த ஜப்பான், மார்ச் 9-ம் தேதியன்று இந்தோ - சைனா முழுவதிலு மிருந்த பிரெஞ்சு ராணுவ தளங்கள்மீது பெரும் தாக்குதல் தொடுத்தது. இரண்டே மணி நேரத்தில் பெரும்பாலான பிரெஞ்சுப் படைகள் நாசம் செய்யப்பட்டன அல்லது சிறைப்பிடிக்கப்பட்டன. மீதமிருந்த பிரெஞ்சுப் படைகள், வியட்மின் கட்டுப்

பாட்டிலிருந்த பகுதிகள் வழியாக சீனாவை நோக்கி ஓடத் தொடங்கின. அவை விட்டுச்சென்ற ஆயுதங்களை வியட்மின் படைகள் கைப்பற்றின.

வியத்னாமைப் பிடித்துக்கொண்ட ஜப்பானியர்கள், அதை தங்கள் ஆதிபத்தியத்துக்கு உட்பட்ட நாடாக ஆக்கிக் கொண்டனர். ஸ்தலத்திலிருந்த தரகு முதலாளித்துவ வர்க்கத்தினரும், பிற்போக்கு நில உடைமையாளர்களும், ஜப்பானிய ஆதரவுக் கட்சிகளை உருவாக்கினர்.

வியட்மின் கட்டுப்பாட்டிலிருந்த பகுதிகளில், ஜப்பானிய விமானங்கள் துண்டுப் பிரசுரங்களை வீசின. 'ஒன்று வியட்மின் அமைப்பினர் ஜப்பானுடன் ஒத்துழைக்க வேண்டும் அல்லது மரணத்தைச் சந்திக்கவேண்டும்' என்று அந்தத் துண்டுப் பிரசுரங்களில் எச்சரித்திருந்தனர்.

ஜப்பானிய அரசாங்கம், வியட்மின் அமைப்பினரையும், மற்ற வியத்னாமிய தேசபக்தர்களையும் தங்களுடைய ஆக்கிரமிப்புக்கு ஆதரவாக அணிதிரட்டுவதற்கு அனைத்து சாகசங்களையும் செய்தது. ஆனால், அதிலும் தோல்வியே கண்டது.

டோங்கின் பகுதியில் ஜப்பானியப் படைகளின் பிரதமத் தளபதியாக இருந்தவன், ஹோ-சி-மின்னுக்கு ஒரு கடிதம் அனுப்பினான்.

'வியட்மின் அமைப்பின் தலைவரும், எங்கள் அருமை நண்பரு மான ஹோ-சி-மின் அவர்களே! நீங்கள் ஒரு உண்மையான தேசபக்தர் என்றே மனப்பூர்வமாக நம்புகிறோம். உங்களுடைய அமைப்பினரின் வீரம் மெச்சத்தக்கது. ஆனால், பிரெஞ்சுக்காரர் களை விரட்டியடித்ததன் மூலம் உங்கள் நாடு சுதந்தரம் பெறுவதற்கு நாங்கள் உதவியுள்ளோம் என்பதை நீங்கள் அங்கீகரிக்க வேண்டும். மஞ்சள் இனத்தில் வந்த நாம் அனை வரும் சகோதரர்கள் அல்லவா? நமது இருநாடுகளின் பெருமைக் காக, நாம் இருவரும் ஏன் சேர்ந்து போராடக் கூடாது? அமெரிக்காவையோ சீனாவையோ நம்பி விடாதீர்கள். அவர்கள், உதட்டில் தேனும் உள்ளத்தில் நஞ்சும் கொண்டவர்கள். உங்கள் கொள்கையை மறுபரிசீலனை செய்து எங்களுடன் நீங்கள் ஒத்துழைக்க வேண்டும். உங்களுக்கு உதவிசெய்யத் தயாராயிருக் கிறோம். உங்கள் பதிலை எதிர்நோக்குகின்றோம்.'

இந்தக் கடிதத்துக்கு, வியட்மின் பொது கமிட்டி பதிலளிக்க வில்லை. 'ஜப்பானியர்களுக்கு வார்த்தைகள் மூலம் அல்ல, துப்பாக்கிகள் கொண்டு பதில் கூறுங்கள்' என்று, அது தனது படையினருக்குக் கட்டளையிட்டது.

வியத்னாமை ஆக்கிரமித்த ஜப்பானியர்கள், அந்த நாட்டைக் கொள்ளையடித்தனர். அரிசியையும் மற்ற பொருள்களையும், தங்கள் படையினருக்காக பறித்துச்சென்றனர். விதை நெல்லைக் கூட அவர்கள் விட்டுவைக்கவில்லை, இந்தோ-சைனா வங்கியை மிரட்டி ஏராளமான ரூபாய் நோட்டுகளை அச்சடித்து வெளியிட்டனர். இதனால் பெரும் பண வீக்கம் ஏற்பட்டது. வியத்னாம் முழுவதும் பஞ்சம், காலரா போன்ற தொற்று நோய்கள், பண வீக்கம், மிகப்பெருமளவு வேலையில்லாத் திண்டாட்டம், பொருளாதார நாசம் ஆகியவை தலைவிரித் தாடின. 1944-45-ம் ஆண்டுகளில் மட்டும் பாக்போ மற்றும் வடக்கு மாநிலங்களில் சுமார் 20 லட்சம் வியத்னாமியர்கள் மரணமடைந்தனர். பஞ்சம்-பட்டினியால் தவித்த விவசாயிகள் குடும்பம் குடும்பமாக நகரங்களை நோக்கி வந்தனர்.

ஜப்பானிய ஆக்கிரமிப்பைத் தொடர்ந்து இந்தோ-சைனா கம்யூனிஸ்ட் கட்சி, ஹோ-சி-மின் வழிகாட்டல்படி ஒரு முடிவெடுத்தது. 'இந்தோ-சைனாவின் தற்போதைய பிரதான எதிரி ஜப்பானிய ராணுவ ஆதிக்கவாதிகளே! மக்களுடைய ஆத்திரம், கோபம் அனைத்தும் அந்த ஜப்பானியர்களுக்கெதிராக திருப்பிவிடப்பட வேண்டும். அதே நேரத்தில், வியத்னாமை மீண்டும் பிடிப்பதற்காக பிரான்ஸ் நாட்டின் ஜனாதிபதி ஜெனரல் டிகால் செய்யும் முயற்சிகள் குறித்தும் நாம் எச்சரிக்கையாக இருக்கவேண்டும்.'

அந்தக் கூட்டமானது மற்றொரு முக்கிய முடிவையும் எடுத்தது. எங்கெல்லாம் வியட்மின் பலமான தளங்களை வைத்திருக் கிறதோ, அந்த இடங்களில் உள்ள தொழிற்சாலைகள், சுரங்கங் கள், கிராமங்கள், ராணுவ முகாம்கள், பள்ளிகள், கல்லூரிகள் போன்றவற்றில் தேசிய விடுதலை கமிட்டியை அமைத்து, மக்களுக்குத் தலைமை தாங்கி தக்க தருணத்தில் எழுச்சியில் ஈடுபடுவதென்றும் முடிவு செய்தது. அதே சமயத்தில் எங்கெல் லாம் நிலைமைகள் பக்குவமாக இருக்கிறதோ, அங்கெல்லாம் பெருமளவு கெரில்லா தாக்குதலில் ஈடுபடுவதென்றும்,

மாவட்டம், மாவட்டமாக விடுவித்து அனைத்து இடங்களிலும் புரட்சிகர தளங்களை உருவாக்குவதென்றும் முடிவு செய்தது.

இதைத் தொடர்ந்து கெரில்லாப் படைகளின் நடவடிக்கைகள் தொடங்கின. மலைகளில் இருந்த அந்தப் படையினர் தரைப் பகுதிக்கு வந்து வீரஞ்செறிந்த தாக்குதல்களை நடத்தினர். 1945 ஏப்ரல் மாதவாக்கில், ஹனாய் நகருக்கு வடக்கிலுள்ள பல மாநிலங்களை தங்கள் கட்டுப்பாட்டின்கீழ் கொண்டுவந்தனர். ஜப்பானியரின் பிடியிலிருந்த அரசாங்க அமைப்புகளைக் கலைத்து, மக்களின் புரட்சிகரக் குழுக்களிடம் அதிகாரத்தை ஒப்படைத்தனர்.

ஹோ-சி-மின் தனது புரட்சிகர தலைமையகத்தை முதலில் டான் டிரோ என்ற கிராமத்துக்கு கொண்டுசென்றார். பின்னர், அங்கிருந்து கிளம்பி அருகிலுள்ள மலையின் அடிவாரத்தில் அவருக்காக வேயப்பட்ட குடிசைக்குப் போனார். பெரும் ஆலமரங்களும் அத்திப்பழ மரங்களும் நிறைந்திருந்த அந்த இடமருகே, ஆறு ஒன்றும், முத்து ஊற்று என்ற நீரூற்றும் இருந்தது.

புரட்சித் தலைமை இந்தக் கிராமத்திலிருந்து செயல்படத் தொடங்கியது. நாடு முழுவதிலுமுள்ள கெரில்லா தளங்களுடன் தொடர்புகள் ஏற்படுத்திக்கொள்ளப்பட்டு, அவ்வப்போது வழிகாட்டல்களும் உத்தரவுகளும் கொடுக்கப்பட்டன. வியத்னாமின் பல பகுதிகளிலிருந்தும், ஆயிரமாயிரம் இளைஞர்கள் கெரில்லாப் படையில் சேருவதற்காக இந்தக் கிராமத்தை நோக்கி வரத்தொடங்கினார்கள்.

விடுவிக்கப்பட்ட பகுதிகளில் மக்களின் உற்சாகம் கரை புரண்டு ஓடத் தொடங்கியது. வயது வந்தவர்கள் அனைவருக்கும் வாக்குரிமை, மக்கள் குழு என்பது தேர்தல் மூலம் தேர்ந்தெடுக்கப்படுவது, கல்வி புகட்ட ஏற்பாடு, ஆண்களைப் போன்றே பெண்களுக்கும் சம உரிமைகள், கொடுமையான வரிகள் ரத்து செய்யப்பட்டது போன்ற நடவடிக்கைகள் - அந்த மக்களுக்கு பெரும் மகிழ்ச்சியை ஏற்படுத்தியதோடு புது வாழ்வையும் அளித்தது. மக்கள், விடுதலைப்படையில் சேர்ந்தது தொண்டர்களானார்கள். வியட்மின் அமைப்பினருக்கு பலவகைகளிலும் உதவினர். அவர்களுக்கு உணவுப் பொருள்களைச் சுமந்துசென்றனர்.

ஜூன் மாதம் 4-ம் தேதியன்று வடக்கு வியத்னாமின் மக்கள் பிரதிநிதிகள் மாநாடொன்றை ஹோ-சி-மின் கூட்டினார். முற்றிலும் விடுவிக்கப்பட்ட ஆறு மாநிலங்களும், ஹனாய் நகருக்கருகில் உள்ள இரண்டு மாநிலங்களின் விடுவிக்கப்பட்ட பகுதிகளும் ஒன்றிணைக்கப்பட்டு, அந்தப் பகுதி பிரதான தளமாக உருவாக்கப்பட வேண்டுமென்று அவர் கருத்து தெரிவித்தார். 10 லட்சத்துக்கும் மேற்பட்ட அளவில் மக்கள் வாழக்கூடிய இந்தப் பகுதியின் நிர்வாக மையமாக, டான் ட்ரோ கிராமம் இருக்க வேண்டுமென்றும் ஹோ-சி-மின் கூறினார். மாநாடு இந்தக் கருத்தை மிகுந்த உற்சாகத்தோடு வரவேற்று ஏற்றுக்கொண்டது. வியட்மின் அமைப்பின்கீழ் புதிய வியத்னாம் பிறந்தது!

ஹோ-சி-மின்னின் அன்றாடப் பணி மிகவும் அதிகரித்தது. உத்தரவுகளில் கையெழுத்திடுவது, கூட்டங்கள் நடத்துவது, ஆயுத எழுச்சி குறித்து விவரங்களைப் படித்து தக்க வழி காட்டல்கள் அனுப்புவது, தன்னைச் சந்திக்க வரும் பல்வேறு இனக்குழுக்களைச் சந்தித்து உரையாடுவது போன்ற வேலை களைச் செய்துகொண்டே அரசியல் நூல்கள் படிப்பது, கட்டுரைகள் எழுதுவது போன்றவற்றையும் செய்துவந்தார்.

திடீரென்று ஹோ-சி-மின் நோய்வாய்ப்பட்டார். மலேரியா ஜுரத்தினால் பெரிதும் பாதிக்கப்பட்ட அவரது உடல்நிலை, சில சமயங்களில் அபாயகர கட்டத்தையும் எட்டியது, அந்நாள்களில் மருந்துகள் கிடைப்பது மிகவும் சிரமம். ‘என்னுடைய இறுதிநாள் நெருங்கிவிட்டது. நான் பிழைப்பது சிரமம்’ என்று அவரே கூறுமளவுக்கு ஜுரம் இருந்தது. அந்தக் கிராமத்து மக்கள், காட்டிலிருந்து அவர்களுக்குத் தெரிந்த மூலிகைகளையெல்லாம் கொண்டுவந்து மருந்துகள் தயாரித்துக் கொடுத்தனர். ஆனாலும் குணம் ஏற்படவில்லை. கடைசியில் காட்டு வேடர் ஒருவர், ஒரு பெரிய ஆமையைக் கொண்டுவந்து, அதன் ரத்தத்தை அரிசியில் தயாரிக்கப்பட்ட கள்ளில் கலந்துகொடுத்தார். அதன் பின்புதான் அவருடைய ஜுரம் தணிந்தது.

நாடு முழுவதிலும் ஆயுத எழுச்சிக்கு நாள் நிச்சயிக்கும் பொருட்டு, இந்தக் கிராமத்தில் ஒரு கட்சி மாநாட்டைக் கூட்ட வேண்டுமென்று ஹோ-சி-மின் கருதினார். அதன்படி ஆகஸ்ட் 13-ம் தேதி அந்த மாநாடு கூட்டப்பட்டது. ஒரு பெரிய ஆலமரத்தினடியில் அந்த மாநாடு தொடங்கியது.

அந்த நேரத்தில் ஜப்பானிய ஏகாதிபத்தியம் அடிமேல் அடி வாங்கிக் கொண்டிருந்தது. அதன் கூட்டாளியான பாசிஸ்ட் ஜெர்மனியானது, பிரதானமாக சோவியத் படைகளால் தோற்கடிக்கப்பட்டு சரணடைந்துவிட்டது. 1945 ஆகஸ்ட் 9-ம் தேதியன்று சோவியத் அரசாங்கம், ஜப்பான்மீது யுத்தப் பிரகடனம் செய்தது. சோவியத் செஞ்சேனை, மஞ்சூரியாவி லிருந்த ஜப்பானியப் படைகள்மீது தாக்குதல் தொடுத்தது. ஆகஸ்ட் 10-ம் தேதியன்று ஜப்பான் அரசாங்கம் சரணடைந்தது. இது வியத்னாமின் புரட்சிகரச் சக்திகளுக்கு நல்ல வாய்ப்பை அளித்தது.

13. குடியரசுப் பிரகடனம்

ஆகஸ்ட் 13-ம் தேதி ஹோ-சி-மின் தலைமையில் தொடங்கிய கட்சி மாநாடு உச்சகட்டத்திலிருந்தபோது, ஜப்பான் சரணடைந்த செய்தி கிடைத்தது. மாநாட்டுப் பிரதிநிதிகள் முழக்கங்களிட்டு, கையொலி எழுப்பி இதைக் கொண் டாடினர். அந்நியக் கொடுங்கோன்மையி லிருந்து நாட்டை விடுவிக்கும் நேரம் வந்து விட்டதென்று அவர்கள் கருதினர்.

ஆலமரத்தினடியில் நடைபெற்ற அந்த கட்சி மாநாடு வரலாற்றுப் பிரசித்தி வாய்ந்த ஒரு முடிவை எடுத்தது. ஜப்பானியப் படைகளை விரட்டியடித்து வியத்னாம் ஜனநாயகக் குடியரசை பிரகடனம் செய்வதென்று முடி வெடுத்தது. ஓர் எழுச்சிக்குழு உருவாக்கப் பட்டது. பிரதிநிதிகள் உடனே தங்கள் இடங்களுக்குப் போய், மாநாட்டு முடிவை அறிவித்து எழுச்சிக்குத் தலைமை தாங்க வேண்டுமென்றும் முடிவு செய்யப்பட்டது.

மாநாடு முடிந்ததும், ஆகஸ்ட் 16-ம் தேதி டான் ட்ரோ கிராமத்தில் மக்கள் பிரதிநிதி களின் தேசிய மாநாடு தொடங்கியது. இதில் வியத்னாம் மற்றும் அயல்நாடுகளிலுள்ள

வியத்னாம் குடியேற்றக்காரர்கள் அமைப்பைச் சேர்ந்த 60 பிரதிநிதிகள் பங்கெடுத்தனர்.

இந்த மாநாடானது, எழுச்சியை நடத்துவதென்ற வியத்னாம் பொதுக்குழுவின் முடிவை ஆமோதித்தது. அத்துடன், அதிகாரத்தைக் கைப்பற்றி வியட்மின் அமைப்பின் அரசியல் திட்டம் வரையறுத்துள்ள பத்து அடிப்படைக் கடமைகளை அமுலாக்குவது குறித்த ஒரு தீர்மானத்தையும் அது இயற்றியது. ஆக்கிரமிப்பாளனின் அரசாங்கத்தைத் தூக்கி எறிவது, ஒரு ஜனநாயகக் குடியரசை நிறுவுவது, நாட்டு மக்கள் அனை வருக்கும் ஆயுதமளிப்பது, மக்களுக்கு ஜனநாயக உரிமைகள் வழங்குவது, ஜனநாயக சமூகப் பொருளாதார சீர்திருத்தங்கள் செய்வது, ஹிட்லர்-எதிர்ப்பு கூட்டணி நாடுகளுடனும், தேசிய சுதந்தரத்துக்காகப் போராடும் அனைத்து மக்களுடனும், நேசபூர்வ நட்புறவுகளையும் கூட்டுறவையும் ஏற்படுத்திக்கொள் வது ஆகியவை இந்தப் பத்துக் கடமைகளில் அடங்கும்.

ஹோ-சி-மின்னை தலைவராகக் கொண்ட 11 உறுப்பினர் தேசிய விடுதலைக் குழுவைத் தேர்ந்தெடுத்த இந்த மாநாடு, ஜனநாயகக் குடியரசின் தேசியக் கொடியாக, சிவப்புப் பதாகையில் ஐந்து தங்க நட்சத்திரம் பொறித்த கொடி இருக்குமென்று முடிவு செய்தது.

அதைத் தொடர்ந்து புதிதாக உருவாக்கப்பட்ட தேசிய விடுதலைக் குழு அதே மலையடிவாரத்திலேயே பதவி ஏற்றது. ஸ்தலகிராம மக்கள் புதிய தலைவர்களை வாழ்த்தினர்.

இந்த மாநாடு முடிவுற்ற பிறகு நாட்டு மக்களுக்கு ஹோ-சி-மின், உணர்ச்சிமிகு வேண்டுகோள் விடுத்தார். ஜப்பானிய ராணுவம் நிலைகுலைந்து போய், விடுதலைப் போராட்டம் அனைத்து இடங்களிலும் பரவி வருவதைச் சுட்டிக்காட்டிய ஹோ-சி-மின், 'நமது மக்களின் விதியைத் தீர்மானிக்கும் நேரம் வந்துவிட்டது. நாமனைவரும் ஒன்றுபட்டு நமது சொந்த பலத்தின் மூலம் நம்மை விடுவித்துக்கொள்வோம். வியட்மின் பதாகையில் முன்னேறுவோம்! வீரத்துடன் முன் செல்வோம்!' என்று அறை கூவல் விடுத்தார்.

ஆகஸ்ட் 16-ம் தேதியன்று விடுதலைப்படை டான் ட்ரோ கிராமத்திலிருந்து புறப்பட்டு, சிவப்பு ஆறு பகுதியையும் ஹனாய்

நகரையும் நோக்கி நடைபோடத் தொடங்கியது. வழியில், ஜப்பானியப்படைகள் பலமான தளங்களை வைத்திருந்த இடங் களைச் சுற்றிக்கொண்டு விடுதலைப்படை சென்றது. அது சென்ற வழியில் இருந்த கிராமங்களிலுள்ள மக்கள், விடுதலைப் படையை உற்சாகத்துடன் வரவேற்றார்கள். அவர்களே அதிகாரத்தைத் தங்கள் கையில் எடுத்துக் கொண்டார்கள்.

ஆனால் இந்த விடுதலைப்படை, ஹனாய் நகருக்குப் போய்ச் சேரும் முன்னரே, அங்கே பெரும் மாற்றம் ஏற்பட்டுவிட்டது. அங்கிருந்த கட்சிக் கிளை, தலைமையின் முடிவுப்படி ஆயுத எழுச்சியைத் தொடங்கிவிட்டது.

ஆகஸ்ட் 16-ம் தேதி ஜப்பான் சரணடைந்தவுடன், ஹனாயிலிருந்த அதன் பிரதிநிதி வியத்னாமின் முந்தைய மன்னனான பாவோ தாய் என்பவனின் ஆளுநரிடம் ஆட்சியை ஒப்படைத்தான்.

ஆகஸ்ட் 17-ம் தேதியன்று ஹனாயின் ராஜாங்க மாளிகையில், டோன்கின் பிராந்திய ஆலோசனை மன்றக் கூட்டம் நடை பெற்றது. ஜப்பானின் ஆதரவாளர்களைக் கொண்ட அந்தக் கூட்டம் ஆகஸ்ட் 18-ம் தேதியன்று, மன்னனுக்கு ஆதரவாக பெரும் பேரணியை ஏற்பாடு செய்வதென்று முடிவு செய்தது.

அச்சமயத்தில் ஜனநாயகக் கட்சியைச் சேர்ந்த சிலர் மேடையி லேறி, மக்கள் அனைவரும் 'வியட்மின்' அமைப்புக்கு ஆதர வளித்து ஒரு சுதந்தரமான வியத்னாம் நாட்டை உருவாக்கு வதற்காகப் போராடவேண்டுமென்று முழங்கினர். வியட்மின் அமைப்பின் ஐந்து நட்சத்திரக் கொடி, மேடையில் ஏற்றப் பட்டது. மன்னனுடைய கொடி அகற்றப்பட்டது. அந்தக் கூட்டத்துக்கு வந்திருந்த ஆயிரக்கணக்கான மக்கள் 'சுதந்தர வியத்னாம் நீடூழி வாழ்க!', 'வியட்மின் நீடூழி வாழ்க!' என்று விண்ணதிர முழக்கமிட்டனர்.

ஆகஸ்ட் 18-ம் தேதி காலை முதலே, ஹனாய் நகரில் மக்களின் பேரணிகளும் ஆர்ப்பாட்டங்களும் தொடங்கிவிட்டன. சுற்றுப் புறக் கிராமங்களிலிருந்தும் ஏராளமான மக்கள் நகருக்குள் வரத் தொடங்கினர். வியட்மினின் தற்காப்புப் படைகள், நகரின் முக்கிய இடங்களில் நிறுத்தப்பட்டன. நகரின் மையப்பகுதியில்,

ஆயுதங்களும் வெடிமருந்துகளும் குவிக்கப்பட்டன. தகவல் தொடர்பு வழிகள் ஏற்படுத்தப்பட்டன. கொடிகளும் பதாகைகளும் ஏராளமாகத் தயாரிக்கப்பட்டன.

அடுத்தநாள் காலை 10 மணிக்கு, கலை அரங்க சதுக்கத்தில் ஒரு லட்சத்துக்கும் மேற்பட்ட மக்கள் கலந்துகொண்ட பேரணி நடைபெற்றது. நகர கட்சிக்குழு மற்றும் புரட்சிகர ராணுவக் குழு ஆகியவற்றின் பிரதிநிதிகள் கூட்டத்தில் முழங்கினர்

ஜப்பானிய ஆக்கிரமிப்பு அரசாங்கத்தைத் தூக்கியெறிந்து மக்கள் அரசாங்கம் ஏற்படுத்தும்படியும், சுதந்தர ஜனநாயகக் குடியரசை பிரகடனம் செய்யும்படியும் அந்தப் பேச்சாளர்கள் அறைகூவல் விடுத்தனர். ஆர்ப்பாட்டக்காரர்கள் கிளர்ந்தெழுந்து ஜப்பானிய ஆதரவு அரசாங்கம் செயல்பட்டு வந்த மாளிகைக்குச் சென்று அதைக் கைப்பற்றினர். அதன் ஆயுதப் பாதுகாவல்களை நிராயுதபாணியாக்கினர். ராணுவப்படையின் முகாம்களை முற்றுகையிட்டு அவற்றைக் கைப்பற்றினர். ஆயுதக் கிடங்குகளைக் கைப்பற்றினர். அன்றிரவுக்குள் புரட்சிப்படைகள், நகரின் அனைத்துப் பிரதான பகுதிகளையும் கைப்பற்றின.

இந்தத் தகவல் இதர மாநிலங்களுக்குப் பரவத் தொடங்கியதும், ஆங்காங்கே மக்கள் பெரும் உத்வேகத்துடன் எழுச்சியில் ஈடுபட்டனர். தான் ஹோ, நிகே-ஆன் மற்றும் ஹடீன் மாநிலங்களில் மக்கள் அரசாங்கம் உருவாகின. மன்னன் பாவோ தாய், பதவியைத் துறக்கவேண்டுமென்று விடுதலைப்படை கோரியது. வேறு வழியின்றி அவனும் பதவியைத் துறந்தான். செங்கோல் போன்ற அரசாங்கச் சின்னங்களை விடுதலைப் படையிடம் ஒப்படைத்தான். ஆனால், அவன் இதை மனப்பூர்வமாகச் செய்ய வில்லை.

ஆனால் வியத்னாமின் மூன்றாவது பெரிய நகரமான சைகோன் நகரை, விடுதலைப் படைகளால் சுலபமாகப் பிடிக்க முடிய வில்லை. ஏனென்றால், ஜப்பான் ஆதரவு சக்திகளும் பிற்போக்கு சக்திகளும் அங்கே பலமா இருந்தன. தொடர்ந்த அடக்குமுறையின் காரணமாக, கட்சி அமைப்பு பலவீனமாக இருந்தது. என்றாலும், தொழிலாளி வர்க்க அமைப்புகளைச் சேர்ந்த 1 ¼ லட்சம் தொழிலாளிகளும், வாலிபர் சங்க உறுப்பினர்கள் 80 ஆயிரம் பேரும் புரட்சிக்கு ஆதரவாக இருந்தனர். மன்னனுடைய

கலைக்கப்பட்ட படையைச் சேர்ந்த சிப்பாய்களும் புரட்சிக்கு ஆதரவாக இருந்தனர். ஊசலாடிக் கொண்டிருந்த சில அமைப்பு களின் பிரதிநிதிகளை வியட்மின் பிரதிநிதிகள் சந்தித்து, புரட்சி யின் அரசியல் நோக்கங்கள் குறித்து விளக்கினர். சைகோனி லிருந்த அனைத்து தேசபக்த அமைப்புகளையும் வியட்மின் பிரதிநிதிகள் சந்தித்து, மக்கள் புரட்சிகரக் குழு ஒன்றை உருவாக்கவேண்டுமென்று வலியுறுத்தி அதில் வெற்றியும் பெற்றனர்.

ஆகஸ்ட் 25-ம் தேதி காலையில் சைகோன் நகரில் பெரும் ஆர்ப்பாட்டங்கள் நடைபெற்றன. பல லட்சம் மக்கள் திரண்டிருந்த பேரணியில், புதிதாக உருவாக்கப்பட்ட மக்கள் குழு உறுப்பினர்கள் தோன்றி பேசினர். 9 உறுப்பினர்கள் கொண்ட அந்தக் குழுவில், 6 பேர் வியட்மின் பிரதிநிதிகள். அவர்களில் ஒருவர் அந்தக் குழுவின் தலைவராவார்.

இவ்வாறு, 5 ஆயிரம் உறுப்பினர்களையே கொண்டிருந்த இந்தோ-சைனா கம்யூனிஸ்ட் கட்சி 12 நாள்களிலேயே நாடு முழு வதிலும் வெற்றிபெற்றது. 2 ஆயிரம் வருடத்திய மன்னராட்சிக் கும், 80 வருடத்திய காலனி ஆதிக்க ஆட்சிக்கும் இந்தப் புரட்சி ஒரு முடிவு கட்டியது.

இந்த வெற்றிகளை ஈட்டியவுடன் கட்சியின் நிரந்தரக் குழு ஹோ-சி-மின்னை, காட்டிலிருந்து அழைத்துவர ஏற்பாடுகள் செய்தது. விடுதலைப் படையின் சிறப்புப் பிரிவு. அவரைப் பாதுகாப்புடன் அழைத்துவர அனுப்பப்பட்டது. ஆகஸ்ட் 26-ம் தேதி, ஹோ-சி-மின் ஹனாய் நகருக்குள் வந்தார். கட்சியினுடைய மத்தியக் கமிட்டியின் நிரந்தரக் குழு கூட்டம் அங்கே நடைபெற்றது. அதற்கு ஹோ-சி-மின் தலைமை தாங்கினார்.

புதிதாக உருவாக்கப்படவிருக்கிற தாற்காலிக அரசாங்கம், உழைக்கும் மக்களின் அனைத்துத் தரப்பினரையும், தேசபக்த கட்சிகளையும், கட்சிச் சார்பற்ற நகர்களையும் கொண்டதாக இருக்கவேண்டுமென்று ஹோ வலியுறுத்தினார். ஹனாயில் ஒரு பெரும் பேரணியில் சுதந்தரப் பிரகடனத்தையும் செய்ய வேண்டுமென்று அவர் கூறினார். அந்தத் தினமானது, நாட்டின் சுதந்தர நாளாகவும் ஜனநாயகக் குடியரசு மலர்ந்த நாளாகவும் அதிகாரபூர்வமாக அறிவிக்கப்பட வேண்டுமென, அவர் ஆலோசனை நல்கினார். இவையனைத்தும், சியாங்-கே-ஷேக்

படைகள் வியத்னாமுக்குள் நுழைவதற்குமுன் செய்துவிட வேண்டுமென அவர் மேலும் வலியுறுத்தினார்.

நிரந்தர கமிட்டிக் கூட்டம் ஹோவின் ஆலோசனைகளை அப்படியே ஏற்றுக்கொண்டது. வியத்னாமின் சுதந்தரப் பிரகடனத்தைத் தயாரிக்கும்படி அவரைக் கேட்டுக்கொண்டது. செப்டம்பர் 2-ந் தேதியன்று பிரகடனத்தை வெளியிடுவதென்றும் கமிட்டி முடிவு செய்தது.

14. புரட்சிகர அரசாங்கம்

ஆகஸ்ட் 27-ம் தேதி காலையில் வெளிவந்த ஹனாய் செய்தித்தாள்கள், புரட்சிகர தாற் காலிக அரசங்கம் உருவாக்கப்பட்டிருப் பதையும், ஹோ-சி-மின் அதன் சேர்மனாக வும் அயல்துறை அமைச்சராகவும் நியமிக்கப் பட்டிருப்பதையும் பறைசாற்றின.

சுதந்தரப் பிரகடன நாளன்று உடுத்திக் கொள்ள, ஹோ-சி-மின்னிடம் நல்ல உடை எதுவும் கிடையாதென்பதை தோழர்கள் செப்.1-ம் தேதி இரவில்தான் உணர்ந்தனர். உடனே, அவசர அவசரமாக காக்கித் துணியில் ஒரு பைஜாமா போன்ற ஆடையை யும் சட்டையையும் தைக்க ஏற்பாடு செய்தனர். அன்று தைக்கப்பட்ட உடையைப் போன்றுதான், ஹோ-சி-மின் தன் வாழ்நாள் முழுவதும் அணிந்திருந்தார்.

செப்டம்பர் 2-ம் தேதி, ஹனாய் நகரம் முழுவதும் விழாக் கோலம் பூண்டிருந்தது. ஐந்து நட்சத்திரக் கொடி பட்டொளி வீசிப் பறந்துகொண்டிருந்தது. 'வியத்னாம் வியத் னாமியருக்கே', 'பிரெஞ்சுக் காலனியாதிக்கம் ஒழிக!', விடுதலை அல்லது வீர மரணம்!, தாற்காலிக அரசாங்கம் நீடூழி வாழ்க! ஜனாதிபதி ஹோ-சி-மின் நீடூழி வாழ்க!

போன்ற முழக்கங்கள், பிரெஞ்சு மொழியிலும் வியத்னாமிய மொழியிலும் பதாகைகளில் பொறிக்கப்பட்டிருந்தன.

பாதின் சதுக்கம் என்று ஹோ-சி-மின்னால் பெயரிடப்பட்ட கலையரங்க சதுக்கத்தில், ஐந்து லட்சத்துக்கும் மேற்பட்ட மக்கள்கடல், ஹோ-சி-மின்னைப் பார்க்க ஆவலோடு காத்திருந்தது. குறிப்பிட்ட நேரத்தில், புன்னகை தவழும் முகத்துடன் மேடையேறிய ஹோவைக் கண்டதும், மக்கள் மகிழ்ச்சி ஆரவாரம் செய்தனர். ஒளிவீசும் கண்களுடன் கூட்டத்தினரை நோக்கி கையை ஆட்டி வாழ்த்து தெரிவித்த ஹோ-சி-மின், தனது கணீரென்ற குரலில், அமைதியாக வியத்னாமின் சுதந்தரப் பிரகடனத்தை வாசித்தார்.

'பிரெஞ்சுக்காரர்கள் ஓடிவிட்டார்கள், ஜப்பானியர் சரணடைந்து விட்டனர், பேரரசர் பாவோ தாய், முடி துறந்துவிட்டார். ஒரு நூற்றாண்டு காலமாக தங்களுக்கு விலங்கிட்டிருந்த சங்கிலிகளை நமது மக்கள் உடைத்தெறிந்துவிட்டனர். தங்களுடைய தந்தை நாட்டின் சுதந்தரத்தை வென்றுவிட்டனர்.

தாற்காலிக அரசாங்கத்தின் உறுப்பினர்களாகிய நாங்கள், பிரதிநிதித்துவப்படுத்தும் பிரகடனம் இது.

'பிரான்ஸ் நாட்டுடனுள்ள காலனியாதிக்கத் தன்மை வாய்ந்த அனைத்து உறவுகளையும் நாங்கள் துண்டிக்கிறோம். வியத்னாம் சார்பாக பிரான்ஸ் செய்திருந்த சர்வதேச உடன்படிக்கைகள், கடமைகளை ரத்துசெய்கிறோம். தேசங்களின் சுயநிர்ணய உரிமை மற்றும் சமத்துவக் கோட்பாடுகளை தெஹ்ரான் மாநாட்டிலும் சான்பிரான்சிஸ்கோ மாநாட்டிலும் ஏற்றுக் கொண்டுள்ள நேசநாடுகள், வியத்னாம் சுதந்தரத்தை ஏற்றுக் கொள்ள மறுக்கமாட்டார்கள் என்று நாங்கள் நம்புகிறோம். வியத்னாம் நாடு சுயேச்சையான சுதந்தர நாடாக வாழ உரிமையுண்டு என்பதை, பாரறிய பிரகடனம் செய்கிறோம்.'

தான் படிப்பதை நிறுத்திவிட்டு நடுவில் ஹோ-சி-மின் கூட்டத்தினரை நோக்கி கேட்டார்:

'நாட்டு மக்களே! நான் சொல்வது கேட்கிறதா? நான் சொல்வது என்னவென்று புரிகிறதா?'

'புரிகிறது!' என்று கூட்டத்தினர் ஒரே குரலில் பதிலளித்தனர்.

ஹோ-சி-மின், பிரகடனத்தைப் படித்து முடித்ததும் மக்கள் மகிழ்ச்சி ஆரவாரம் செய்தனர்.

மறுநாள் காலை புரட்சிகர தாற்காலிக அரசாங்கத்தின் அமைச்சரவை கூடியது. ஹோ-சி-மின் சுருக்கமாக தொடக்க உரையாற்றினார்.

நாட்டில் நிலவும் பஞ்சத்தை ஒழிக்க உணவு உற்பத்தியை அதிகரிக்கவேண்டும். பயிரிடத்தக்க நிலங்களில் காய்கறிகள், சீனிக்கிழங்கு, சோளம் போன்றவற்றைப் பயிரிட வேண்டும். பஞ்சத்தால் பீடிக்கப்பட்டிருப்பவர்களுக்கு உதவிசெய்ய, அரிசி வசூலிக்க வேண்டும். நாட்டு மக்கள், பத்து நாள்களுக்கு ஒருமுறை ஒரு வேளை உணவை குறைத்துக்கொண்டு ஏழைகளுக்காக அரிசியைச் சேமிக்கவேண்டும். வெகுஜன கல்வி அறிவுப் பிரசாரம் உடனே தொடங்கவேண்டும். வியத்னாமிய மொழியை எழுதவும் படிக்கவும், 3 மாதத்தில் கற்றுக்கொடுக்க முடியும். மக்களுடைய ஜனநாயக உரிமைகளை உறுதிசெய்யும் பொருட்டு, விரைவில் பொதுத் தேர்தல்களை நடத்தவேண்டும். அபினி, சாராயம் குடிக்கும் பழக்கத்திலிருந்து மக்கள் விடுபடுவதற்காகவும், ஒரு புதிய வகைப்பட்ட மனிதனை உருவாக்குவதற்காகவும், மக்களுக்குப் போதனையூட்ட வேண்டும். மக்கள் கடினமாக உழைத்து, சிக்கனத்துடனும் நேர்மையுடனும் வாழ போதிக்கவேண்டும். தேர்தல் வரி, சந்தை வரி, ஆற்றைக் கடக்கும் வரிகளை ரத்துசெய்ய வேண்டும். அபினி குடிப்பது தடை செய்யப்பட வேண்டும். மத வழிபாட்டு உரிமை, பிரகடனம் செய்யப்பட வேண்டும்!'

ஹோ-சி-மின் முன்வைத்த இந்த யோசனைகள், ஒரு சில மாதங்களுக்குள்ளேயே வியத்னாமில் மகத்தான மாறுதல்களை ஏற்படுத்தின. அனைத்து நிலங்களும் பயிரிடப்பட்டன. அமோக விளைச்சல் ஏற்பட்டது. பஞ்சம் பறந்தோடியது. தொழிற் கூடங்களில் எட்டு மணி நேர வேலை நேரம் நிச்சயிக்கப்பட்டது. ஆனால், நிலச் சீர்திருத்தம் செய்யப்படவில்லை. ஏனென்றால், அன்றிருந்த நிலையில் அதைச் செய்வதென்பது கிராமப்புறத்தில் வர்க்கப் பகைமைகளை ஆழப்படுத்தி தேசிய ஒற்றுமைக்கு குழிதோண்டும் நிலைமையை ஏற்படுத்திவிடக் கூடும். அன்றைய நிலைமையில் தேச ஒற்றுமை என்பதுதான் பிரதான மாகத் தேவைப்பட்டது. ஆனால், பிரெஞ்சு காலனியாதிக்க வாதிகளும் அவர்களுடன் கூட்டு வைத்திருந்தவர்களும்

வைத்திருந்த நிலமனைத்தும் கைப்பற்றப்பட்டு, நிலமற்ற விவசாயிகளுக்குத் தாற்காலிக அடிப்படையில் விநியோகம் செய்யப்பட்டது. விவசாயிகளின் குத்தகை 25 சதவிகிதமாகக் குறைக்கப்பட்டது.

நலிவுற்றிருக்கும் நாட்டின் பொருளாதாரத்தைச் சீரமைக்க, மக்கள் உதவ வேண்டுமென்று ஹோ-சி-மின் ஒரு வேண்டுகோள் விடுத்தார். மக்கள் மகத்தான முறையில் அதற்கு செவிசாய்த்தனர். தம்பதிகள் தங்கள் திருமண மோதிரங்களையும், பெண்கள் தாங்கள் பிதுரார்ஜிதமாகப் பெற்ற காதணி போன்ற ஆபரணங் களையும், புத்த துறவிகள் பூஜைப் பொருள்களையும் அளித்தனர். இவ்வாறு மக்கள், மொத்தத்தில் 2 கோடி பியஸ்தர் நாணயத்தை யும் 370 கிலோ தங்கத்தையும் நாட்டுக்காக அளித்தனர்.

வியத்னாமிய மொழியில் கட்டாய இலவசக் கல்விக்கு அரசாங்கம் உத்தரவிட்டது. கல்வித்துறை, நாடு முழுவதிலும் எழுபதாயிரம் கல்வியறிவு மையங்களை நடத்தியது.

பொதுத் தேர்தலுக்கு உத்தரவிடப்பட்டது. நகல் அரசியல் சட்டம் பத்திரிகைகளில் பிரசுரிக்கப்பட்டு மக்களிடமிருந்து ஆலோசனை கோரப்பட்டது. நேரடித் தேர்தல் மூலம் பகுதிவாரியாக (கம்யூன்) மக்கள் குழுக்கள் தேர்ந்தெடுக்கப்பட்டன. பின்னர் மாவட்ட வாரியாகவும், மாநில வாரியாகவும் தேர்ந்தெடுக்கப்பட்டன. மக்கள் அதிகாரம் என்பதன் ஆதாரத் தளமாக இருந்த இந்தக் கமிட்டியின் நாட்டு ஒற்றுமையையும், தொழிலாளி-விவசாயி கூட்டணியையும் பலப்படுத்தின.

15. அந்நியப் படையெடுப்பு

இரண்டாம் உலக யுத்தம் முடிவடையும் முன்னரே அமெரிக்கா, பிரிட்டன் ஆகிய நாடுகள் சீனாவின் சியாங்-கே-ஷேக்குடன் சேர்ந்து ஒரு சதித்திட்டத்தை உருவாக்கி யிருந்தன. வியத்னாமிலிருந்து ஜப்பானை விரட்டியவுடன், அந்த வியத்னாமை இரு பிரிவுகளாகப் பிரித்து தெற்கில் 16-வது இணைகோடு வரை பிரிட்டன் வைத்துக் கொள்வதென்றும் முடிவு செய்யப் பட்டிருந்தது. பிரான்ஸ் நாட்டைப் பற்றி அவை கவலைப்படவில்லை.

எனவே, ஜப்பான் சரணடைந்தவுடன் அதன் படைகளை நிராயுத பாணியாக்குவது என்ற பெயரில் ஆகஸ்ட் மாத இறுதியில் சியாங்-கே-ஷேக் படைகள் ஹனாய் நகருக்குள் புகுந்தன. செப்டெம்பர் மாத நடுவில் அதன் எண்ணிக்கை 2 லட்சத்தைத் தாண்டியது. சியாங்கின் அரசாங்கமானது, வியத்னாமைத் தனது காலனி நாடாக மாற்றத் திட்டம் தீட்டி அதன் முதற்படியாக, வடவியத்னாமில் ஒரு பொம்மை அரசாங்கத்தை நிறுவ திட்ட மிட்டது. அதற்காக ஒரு கூலிப் படையையும் உருவாக்கியது.

இந்தக் கூலிப்படையினர், மக்கள் புரட்சிகரக் குழுக்களைக் கலைத்தனர். சுய-பாதுகாப்புக் குழுக்களை நிராயுதபாணி யாக்கினர்.

செப்டெம்பர் 13-ம் தேதியன்று சீன படைத்தளபதி லூ ஹன் என்பவன், ஹனாய் நகருக்கு வந்தான், அங்கே ஏதோ அரசாங் கமே இல்லாதது போலவும், தாங்கள்தான் ஒழுங்கைக் காப்பாற்ற வந்தவர்கள் போலவும் அவனுடன் வந்த சீன அதிகாரிகள் நடந்துகொண்டனர். புதிய விதிமுறைகளை அறிவிக்கும் சுவரொட்டிகள், அனைத்து இடங்களிலும் ஒட்டப்பட்டன.

அதே நேரத்தில் தெற்கு வியத்னாமிலும் நிலைமை மோசமாகிறது. செப்டெம்பர் 6-ம் தேதி பிரிட்டனின் படைகள் முதல் தடவையாக சைகோனுக்குள் புகுந்தன. அதன் தளபதியாக வந்தவன், வியத்னாமிய அரசாங்கத்தின் அதிகாரிகளை அங்கீகரிக்க மறுத்ததோடு விடுதலைப் படையைக் கலைக்க வேண்டுமென்றும் கோரினான், அதைத் தொடர்ந்து பிரெஞ்சுப் படைகள் சைகோனுக்குள் வந்தன.

செப். 23-ம் தேதி அதிகாலையில் சைகோன் மீதும் மேகாங் ஆற்றுப் பள்ளத்தாக்கு நகரங்கள்மீதும் பிரெஞ்சுப் படைகள் தாக்குதல் தொடுத்தன. கட்சி அமைப்பினரும், வியட்மின் அமைப்பினரும் கிராமப் பகுதிகளுக்குள் புகுந்து கெரில்லா தளங்களை அமைத்தனர். சைகோனில் பல நாள்களுக்குத் தெருத்தெருவாகப் போர் நடந்தது.

செப். 26-ம் தேதியன்று ஹோ-சி-மின் வானொலியில் உரை நிகழ்த்தினார்:

‘எனதருமை சக தேசபக்தர்களே! அந்நியப் படையெடுப்பால் புதிதாய் வென்றெடுக்கப்பட்ட நம் சுதந்தரம் ஆபத்துக்குள்ளாகியுள்ளது... ஒரு அடிமையாக வாழ்வதைவிட ஒரு சுதந்தர மனிதனாக இறக்கவே விரும்புகிறேன் என்பதை நினைவிற்கொள்ள வேண்டும். நமது அரசாங்கமும், நாடு முழுவதுமுள்ள நமது சக தேசபக்தர்களும் தேச சுதந்தரத்தைப் பாதுகாக்கப் போராடும் போராளிகளுக்கும், மக்களுக்கும் தங்களால் இயன்றதனைத்தையும் செய்வார்கள். நமது போராட்டம் நியாயமான போராட்டம். எனவே, இறுதி வெற்றி நமக்கே...’

கட்சியின் மத்தியக் கமிட்டி, புரட்சிகரப் பிரிவுகளை தெற்கு வியத்னாமுக்கு அனுப்புவதென்று முடிவுசெய்து, நடவடிக்கையில் இறங்கியது. சைகோன் நகரைப் பாதுகாப்பதென்பது ஒரு பெரும் கடமையாக இருந்தது 'ஹோ-சி-மின்னுடைய நகரத்தைப் பாதுகாப்பீர்!' என்று ஒருவர் விடுத்த அறைகூவல், வெகு விரைவில் பிரபலமானது. சைகோன் என்பதை ஹோ-சி-மின் நகரம் என்றே வியத்னாமிய மக்கள் அழைக்கத் தொடங்கினர்.

கட்சியின் தெற்குப் பகுதி விசேஷ மாநாடு, கெரில்லாக்கள் பிடியில் இருந்த ஒரு நகரில் நடைபெற்றது. கிராமப்புற ஜனநாயக மக்கள் குழுக்களின் உதவியுடன், மக்கள் ராணுவம் ஒன்றை அமைப்பதென்றும் பெரும் அளவில் எதிர்ப்பு யுத்தம் நடத்துவதென்றும் அதில் முடிவு செய்யப்பட்டது.

அக்டோபர் மாத ஆரம்பத்தில் சீன அரசாங்கத்தின் (சியாய்) யுத்த அமைச்சரும், சீனாவிலிருந்த அமெரிக்கப் படைகளின் தளபதியும் வியத்னாமுக்குள் வந்தனர். இதை அறிந்த ஹோ-சி-மின் ஹனாய் நகரில் ஒரு பெரும் ஆர்ப்பாட்டம் நடத்தும்படி உத்தரவிட்டார். புரட்சியைப் பாதுகாக்க நாடு உறுதிபூண்டுள்ளது என்பதை எடுத்துக்காட்டும் வகையில் 3 லட்சம் மக்கள், முந்தைய பிரெஞ்சு கவர்னர்-ஜெனரல் வீட்டின் முன்பு பெரும் ஆர்ப்பாட்டம் நடத்தினர்.

தான், ஹனாய் நகருக்குள் வரும் முன்பே, கம்யூனிஸ்ட்களை ஒழித்துக்கட்டி, ஹோ-சி-மின்னை கைது செய்ய வேண்டுமென்று, சீன யுத்த அமைச்சர் உத்தரவிட்டான். ஆனால், அது சுலபமல்ல என்பது ஹனாய் நகருக்கு வந்த பின்புதான் அவனுக்குப் புரிந்தது. அச்சமயத்தில் 2 லட்சம் சீன துருப்புகள் மட்டுமே அங்கிருந்தனர். எனவே, அவன் வியத்னாமின் புரட்சிகர நிர்வாகத்திலுள்ள வியட்மின் பிரதிநிதிகளை படிப்படியாக அகற்றி, தன்னுடைய நபர்களை அந்த இடத்தில் வைக்கும்படி, லூ ஹன்னுக்கு உத்தரவிட்டான்.

வியத்னாமிலிருந்த புரட்சிகரக் கழகம், தேசியக் கட்சி போன்ற பிற்போக்குக் கட்சிகள் லூ ஹன்னுடைய கோஷ்டியில் இருந்தன. தேசியக் கட்சி என்பது வியத்னாமிய எதிர்ப்புப் பத்திரிகை ஒன்றை நடத்தி வந்ததோடு அதன் அலுவலக வாயிலில் ஒலிபெருக்கியை வைத்து இரவு பகலாக ஹோ-சி-மின்

அரசாங்கத்தின் மீது வசைபாடியது. அந்தக் கட்சியின் கைக்கூலிகள் வியட்மின் ஊழியர்களைக் கொன்றனர். அரசாங்க அதிகாரிகளைக் கடத்தினர். வங்கிகளைக் கொள்ளையடித்தனர்.

நாட்டின் நிலைமை மோசமடைந்ததைத் தொடர்ந்து சில யுக்தி நடவடிக்கைகளைக் கட்சி மேற்கொண்டது, நாட்டின் ஜனாதிபதியாகவும், வியட்மின் பொது கமிட்டியின் தலைவராகவும் ஹோ-சி-மின் செயல்பட்டு வந்தபோதிலும், கம்யூனிஸ்ட் கட்சி என்ற பெயர் எங்கும் பயன்படுத்தப்படுவதில்லை. 1945 நவம்பர் 11-ஆம் தேதியன்று, கம்யூனிஸ்ட்கட்சி கலைக்கட்டு விட்டதாக, கட்சியின் மத்திய கமிட்டி அறிவித்தது. உண்மையில் கட்சித் தலைமறைவாகச் செயல்படத் தொடங்கியது. அரசாங்கப் பதவியில் இருந்த கம்யூனிஸ்ட்கள். வியட்மின் பிரதிநிதிகளாகச் செயல்பட்டனர். உள்நாட்டில் கம்யூனிஸ்ட் எதிர்ப்பு வெறிப் பிரசாரமும், வியத்னாம் நாட்டைச் சுற்றி விரோதமான அரசாங்கங்கள் அதன் சுதந்தரத்திற்குக் குழிபறிக்கத் துடித்துக் கொண்டிருந்தாலும் இத்தகைய யுக்தி நடவடிக்கைகள் தேவைப்பட்டன. மேற்கத்திய ஏகாதிபத்திய நாடுகள், வியத்னாம் அரசாங்கத்தையும், அதன் நடவடிக்கைகளையும் புறக்கணித்தன. ஹோ-சி-மின் கம்யூனிஸ்ட் தொடர்புள்ளனர். எனவே, காலனி ஆதிக்க சாம்ராஜ்ஜியம் மறைவதை நாம் ஆதரிக்க முடியாது' என்று அமெரிக்க உள்துறை அமைச்சர் ஜார்ஜ் மார்ஷல் என்பவர் கூறினார்.

நாட்டு நிலைமை குறித்து கட்சியின் நிரந்தரக் குழு பரிசீலித்தது. அனைத்து எதிரிகளையும் ஒரே நேரத்தில் எதிர்க்க முடியாது. பிரெஞ்சு ஏகாதிபத்தியம்தான் மிகப் பெரும் ஆபத்தான எதிரி அது சீனாவுடன் சமரசம் செய்யும் ஆபத்தும் உள்ளது என்ற முடிவுக்கு வந்த நிரந்தரக்குழு, மற்றொரு முடிவையும் எடுத்தது. தென் வியத்னாமில் பிரெஞ்சுக்காரர்களுக்கு எதிராக முழு யுத்தத்தில் இறங்குவது அதேசமயத்தில் வடக்கு வியத்னாமில் சியாங்-கே-ஷேக்கின் சீனப்படைகளுடன் மோதுவதில்லை; அவர்களைத் திருப்திப்படுத்த சாத்தியமான அனைத்தையும் செய்வது என்றும் நிரந்தரக்குழு முடிவு செய்தது.

வியத்னாம் குடியரசின் நாடாளுமன்றத்திற்கு விரைவில் தேர்தல்கள் நடக்கவிருந்தன. வடக்குவியத்னாமிலிருந்த சியாங்-கே-ஷேக்கின் அரசியல் பிரதிநிதி ஒரு பெரிய கோரிக்கையை வைத்தான். தாற்காலிக அரசாங்கத்தை ஹோ-சி-மின்

மாற்றியமைக்க வேண்டும். அமைச்சரவையிலுள்ள கம்யூனிஸ்ட்களை அகற்றி அந்த இடத்தில் புரட்சிக் கழகம், மற்றம் தேசியக் கட்சியின் நபர்களை வைக்கவேண்டும், எதிர்கால நாடாளுமன்றத்தில் இவ்விரு கட்சிகளுக்கும் 80 சதவிகித இடங்கள் கொடுக்க வேண்டுமென்று கோரினான். அத்துடன், வியத்னாம் நாட்டின் கொடி, கம்யூனிஸ்ட் அகிலத்தின் கொடிபோல இருப்பதால் அதையும் மாற்றவேண்டுமென்றும் அவன் திமிருடன் கூறினான்.

சமரசப் பேச்சுவார்த்தைகள் நடைபெற்று ஓர் உடன்பாடு ஏற்பட்டது. தாற்காலிக அரசாங்கமானது வியத்னாமின், புரட்சிக் கழகம் மற்றும் தேசியக் கட்சியின் கூட்டணி அரசாங்கமாக இருக்குமென்றும், புரட்சிக் கழகத்தைச் சேர்ந்த நிகுயன் ஹைதான் என்பவர் உதவி ஜனாதிபதியாகவும், தேசியக் கட்சியைச் சேர்ந்த ஒருவர் அயல்துறை அமைச்சராக இருப்பார் என்றும் உடன்பாடு ஏற்பட்டது. அத்துடன் நாடாளுமன்றத்தில் இவ்விரு கட்சிகளுக்கும் கணிசமான இடங்கள் அளிப்பதென்றும், அதற்குப் பதிலாக விரைவில் தேர்தல் நடத்தவும், மோதுதலை நிறுத்தி நாட்டின் ஆயுதப் படைகள் அனைத்தையும் ஒரே ராணுவமாக்கவும் இவ்விரு கட்சிகளும் சம்மதித்தன.

இந்த உடன்படிக்கைக் குறித்து கட்சியிலும், வியத்னாமின் அமைப்பிலும் சில எதிர்ப்புகள் இருந்தன. புரட்சிதான் வெற்றியடைந்து விட்டதே! சியாங்குக்கு ஏன் விட்டுக் கொடுக்க வேண்டும் என்று அவர்கள் கேட்டனர். சிலர், கட்சியின் விதிகளையும் மீறினர். ஹோ அவர்களுக்கு மிகப் பொறுமையாக அனைத்தையும் விளக்கிக் கூறினார். பொறுமையாக இருப்பதென்பது, கட்டாயமாக கீழ்ப்படிவது என்பது அல்ல! அது ஒரு வகை போராட்ட வடிவம்! நாம் நீக்குப் போக்குடனும் நடக்க வேண்டும், குள்ளநரித்தனத்துடனும் நடக்கவேண்டும் என்று அவர் கோபப்பட்டத் தோழர்களுக்கு எடுத்துக் கூறினார். மக்கி அழுகிப்போன இலை, தழை என்பது சுத்தமாக இருக்காது. ஆனால் அவற்றை உரமாகப் பயன்படுத்தினால் நல்ல விளைச்சலைத் தரும். அதைப் பயன்படுத்தக் கூடாதா? என்ற கேள்வியை அவர்களிடம் கேட்டு சாந்தப்படுத்தினார்.

வியத்னாமிலிருந்து சீன ராணுவ அதிகாரிகள் மத்தியில் தொடர்ந்து தகராறு இருந்து வந்தது. அவர்கள் அனைவரும் கம்யூனிஸ்ட்-எதிர்ப்பாளர்கள் என்றபோதிலும், ஹோ-சி-மின்

அரசாங்கம் குறித்து அவர்களிடையே கருத்துவேற்றுமை இருந்தது. ஹோ அதைத் திறமையாகப் பயன்படுத்தினார். 'எதிரி முகாமில் உறவுகள் நல்ல நிலைமையில் இல்லை. எனவே, அதை நமக்குச் சாதகமாகப் பயன்படுத்திக் கொள்ள வேண்டும்' என்று அவர் கூறினார்.

ஏற்கெனவே திட்டமிட்டபடி 1946 ஜனவரி 6-ம் தேதியன்று வியத்னாமின் முதல் பொதுத் தேர்தல் நடைபெற்றது. சில மாநிலங்களில் ஆயுதப் படைகளை வைத்துத்தான் தேர்தல் நடத்தப்பட்டது. பிரெஞ்சுப் படைகளின் பிடியிலிருந்த சைகோன், மிதோ போன்ற நகரங்களில் வாக்குப் பெட்டிகள் வீட்டுக்கு வீடு கொண்டு போகப்பட்டன. தனான் மற்றும் ஹன்னூ போன்ற நகரங்களிலிருந்த வாக்குச் சாவடிகள்மீது பிரெஞ்சு விமானங்கள் குண்டுகளை வீசின.

ஹனாய் நகர் தொகுதியிலிருந்து, ஹோ-சி-மின் 98.6 சதவிகித வாக்குகள் பெற்று வெற்றி பெற்றார். வியட்மின் அணி மிகப் பெரும்பான்மையான வாக்குகள் பெற்றது. சுயேச்சைகளாகப் போட்டியிட்ட கம்யூனிஸ்ட்கள், 105 இடங்களைப் பெற்றனர். ஏற்கெனவே சம்மதித்தபடி, சீனா-ஆதரவுக் கட்சிகளுக்கும் இதர தேசிய முதலாளித்துவ கோஷ்டிகளுக்கும் சுமார் 70 இடங்கள் ஒதுக்கப்பட்டன. வியட்மின் சம்மதத்துடன், பழைய பேரரசன் பாவோ தாய், நாடாளுமன்றத்தில் சேர்த்துக் கொள்ளப்பட்டான்.

வியத்னாம் மக்களின் மிகச்சிறந்த பண்டிகையான புத்தாண்டு நாள் (டெட்) அவ்வாண்டு மிகச்சிறப்பாகக் கொண்டாடப் பட்டது. தன்னுடைய வியத்னாமில் இந்த நாளைக் கொண்டாட வேண்டுமென்று பல ஆண்டுகாலமாக எதிர்நோக்கியிருந்த ஹோவுக்கு, இது மிகவும் மகிழ்ச்சியளித்தது. பல தொழிலாளர் குடும்பங்களுக்குச் சென்று அவர்களுடன் சேர்ந்து அதை மகிழ்ச்சியாகக் கொண்டாடினார்.

தேர்ந்தெடுக்கப்பட்ட புதிய நாடாளுமன்றம் 1946 மார்ச் 2-ம் தேதி கூடியது. பலத்த கரவொலிக்கிடையே அவைக்குள் நுழைந்த ஹோ-சி-மின், அனைவருக்கும் வாழ்த்து தெரிவித்து உரை யாற்றினார்.

அவரது உரைக்குப்பின் அரசாங்கத்தின் தலைவராக ஹோ-சி-மின் பொறுப்பேற்க வேண்டுமென்று பிரதிநிதி ஒருவர்

முன்மொழிந்ததை அனைவரும் ஏற்றுக் கொண்டனர். அவர் வியத்நாம் நாட்டின் ஜனாதிபதியாகவும், பிரதமராகவும் பதவிப் பிரமாணம் எடுத்துக் கொண்டார். உதவி ஜனாதிபதியாகப் புரட்சி கழகத்தைச் சேர்ந்த நிகுயன் ஹை தான் தேர்ந்தெடுக்கப்பட்டார். கூட்டணி அமைச்சரவையின் பட்டியலை ஹோ சமர்ப்பித்தார். அதுவும் ஏற்றுக்கொள்ளப்பட்டது. முக்கியமான நிர்வாகப் பதவிகள் அனைத்துக்கும் வியட்மின் அமைப்பினர் நிச்சயிக்கப் பட்டனர்.

இந்தோ-சைனா நிலைமைகளில் புதிய மாற்றங்கள் ஏற்படத் தொடங்கின. ஹோ-சி-மின் மற்றும் இந்தோ-சைனா கம்யூ னிஸ்ட் கட்சியின் மத்திய கமிட்டி கடைப்பிடித்த பொறுமையான யுக்திகள் காரணமாக, சியாங்-கே-ஷேக் அரசாங்கத்திடமிருந்து வரும் ஆபத்து குறைந்தது. ஆனால் அதே நேரத்தில் பிரெஞ்சு ஆபத்து அதிகரித்தது. தனது பிரெஞ்சுக் கூட்டாளியின் நிர்ப்பந்தத்தின் காரணமாக, பிரிட்டன் 1946-ம் ஆண்டு ஜனவரி கடைசியில் தென் வியத்நாமிலிருந்து தனது படைகளை வாபஸ் வாங்கிக்கொண்டது. தன்னுடைய 'அதிகாரத்தை' பிரான்ஸுக்கு விட்டுக் கொடுத்தது.

ரூஸ்வெல்ட் மரணத்துக்குப்பிறகு, அமெரிக்க ஜனாதிபதியாக வந்த ஹாரிட்ரூமன், இந்தோ-சைனாவை பிரான்ஸுக்கு விட்டுவிடுவதாக அறிவித்ததோடு, சீனாவில் கம்யூனிஸ்டு களுக்கு எதிராகத் தங்கள் ராணுவ ஆதரவையே முற்றிலும் சார்ந்திருந்த சியாங்-கே-ஷேக்கின் படைகள் உடனடியாக வியத்நாமிலிருந்து வெளியேற வேண்டுமென்றும் கூறினார். எனவே, பிப்ரவரி 28-ம் தேதியன்று பிரான்ஸுக்கும், சீனாவுக்கு மிடையே உடன்படிக்கை ஒன்று ஏற்பட்டது. அதன்படி மார்ச் 31-ம் தேதிக்குள் சீனப்படைகள் வியத்நாமிலிருந்து வாபசாகி, பிரெஞ்சுப் படைகள் அங்கே நுழைந்துவிடும். இதன் பிரதி பலனாக, பிரான்ஸ் சில சலுகைகளை அளிக்கும் என சீனாவுக்கு வாக்களித்தது.

இந்தப் புதிய நிலைமை வியத்நாம் ஜனநாயகக் குடியரசுக்கு பெரும் ஆபத்தாக இருந்தது. பிரெஞ்சுக்காரர்கள் பிடியில் நாடு மீண்டும் போகுமானால், புரட்சியின் பலன்கள் அனைத்தும் அழிக்கப்பட்டுவிடும். எனவே, எதிரியுடன் போரிடுவதா அல்லது ஓர் அரசியல் சமரசத்துக்காகப் பேச்சுவார்த்தை நடத்துவதா என்ற நிலை ஏற்பட்டது.

தாற்காலிகக் கூட்டணி அரசாங்கத்தின் கூட்டத்தில் பேசும் பொழுது, பிரான்ஸுடன் ஒரு சமரசம் செய்துகொள்ள வேண்டுமென்று ஹோ-சி-மின் யோசனை கூறினார். சிலர் சீனாவின் ராணுவ உதவி பெற்று பிரான்ஸை எதிர்க்கலாமென்று அவர்கள் கூறினர். இந்தக் கருத்து மிகவும் தவறானதென்பதை ஹோ-சி-மின் சுட்டிக் காட்டினார். 'சீனா நமது நாட்டைப் பிடித்தபொழுதெல்லாம் ஆயிரம் வருடங்களுக்கு அவர்களை அகற்ற முடியவில்லை. ஆனால் பிரெஞ்சுக்காரர்கள், சிறிது காலம்தான் இங்கிருக்க முடியும். முடிவில் அவர்கள் வெளியேறியே தீரவேண்டியிருக்கும்' என்று அவர் சுட்டிக் காட்டினார்.

கூட்டணி அரசாங்கத்திலிருந்த போலித்தனமான சில கட்சிகள்- வியட் காச் வியட் காச் போன்றவை. இந்த யோசனையை எதிர்த்தன. வெற்றி அல்லது வீரமரணம் என்று ஜம்பமாகப் பேசின. அவைகளின் பத்திரிகைகளும், வானொலியும் அதிதீவிர சொற்றொடர்களை அள்ளி வீசின. அவற்றின் நோக்கம் முழுவதும் வேறுவிதமாக இருந்தது. பிரெஞ்சுக்காரர்களுடன் உடன்பாடு ஏற்படவிடாமல் தடுப்பது, கண்மூடித்தனமான மோதலுக்குப் போகும்படி வியத்னாம் அரசாங்கத்தை நிர்ப்பந்திப்பது, ஹனாயில் ஓர் அதிரடிப் புரட்சியை ஏற்படுத்து வது என்பதாகவே இருந்தது. இந்தச் சக்திகளின் தீயப் பிரசார மானது, வியட்மின் அமைப்புக்குள்ளும் இந்தோ-சைனா கம்யூனிஸ்ட் கட்சிக்குள்ளும் சிலருக்குக் குழப்பத்தை ஏற்படுத்தி யது. வியத்னாமை ஒடுக்குபவர்களுடன் பேச்சுவார்த்தை நடத்துவதென்பது, புரட்சிக்குத் துரோகம் இழைப்பதாகுமென்று அவர்கள் கூறினர்.

மார்ச் மாதம் 5-ம் தேதியன்று கட்சியின் மத்திய கமிட்டியின் நிரந்தரக்குழு, ஹோ-சி-மின் உருவாக்கிய சமரசத் திட்டத்தை ஏற்றுக்கொண்டது. கட்சி உறுப்பினர்களுக்கு அனுப்பிய அறிக்கையில் பின்வரும் விஷயத்தையும் சேர்ந்திருந்தது: பிரான்ஸுடன் பேச்சுவார்த்தைகள் நடத்தும் சமயத்திலேயே எதிர்ப்பு யுத்தத்துக்கான தயாரிப்புகளை ஒருகணம்கூட நிறுத்தக் கூடாது. அதற்கு மாறாக அவை தீவிரப்படுத்தப்பட வேண்டும். பிரான்ஸுடனான பேச்சுவார்த்தைகள் எக்காரணத்தைக் கொண்டும் போராட்ட உணர்வை பாதிக்கவோ அல்லது நாட்டின் துணிவை பலவீனப்படுத்தவோ கூடாது.'

மார்ச் 6-ம் தேதி, ஹனாய் நகரிலுள்ள மாளிகையொன்றில் வியத்னாம்-பிரான்ஸ் உடன்படிக்கை கையெழுத்தானது. வியத்னாம் சார்பாக ஹோ-சி-மின் அதில் கையெழுத்திட்டார். அந்த உடன்படிக்கை பின்வருமாறு கூறியது:

'வியத்னாம் குடியரசானது, தன்னுடைய நாடாளுமன்றம் தனது ராணுவம் மற்றும் நிதியாதார முறையைக் கொண்ட சுதந்தர நாடாக இருக்கும் என்பதை பிரெஞ்ச் அரசாங்கம் அங்கீகரிக்கிறது. வியத்னாம் ஜனநாயகக் குடியரசு, அதன் பங்குக்கு இந்தோ-சைனா இணையத்திலும் பிரெஞ்ச் இணையத்திலும் பங்கேற்க சம்மதிக்கிறது. நாம்-போவின் எதிர்காலம் சம்பந்தமாக, ஒரு வெகுஜன கருத்துக்கணிப்பின் முடிவுகளை பிரெஞ்ச் அரசாங்கம் மதிக்கும்.' வியத்னாமின் பத்தாயிரம் துருப்புக்கள், பிரான்ஸின் பத்தாயிரம் துருப்புக்கள் சேர்ந்த பிரெஞ்ச்-வியத்னாம் கூட்டுப் படையால், சீனத் துருப்புக்கள் அகற்றப்படும். பிரெஞ்சுத் தலைமையின் கீழும், வியத்னாமிய பிரதிநிதிகள் பங்கேற்புடனும் இது இருக்கும் என்றும் கூடுதல் உடன்படிக்கை ஒன்றும் கையொப்பமிடப்பட்டது.

16. உணர்ச்சிமிகு பேருரை

இந்த உடன்படிக்கை குறித்து பல்வேறு அவ தூறுப் பிரசாரங்களை பிற்போக்குவாதி களும், அதிதீவிரவாதிகளும் கட்டவிழ்த்து விட்டதோடு, வதந்திகளையும் பரப்பினர். ஹோ-சி-மின், பிரெஞ்சு காலனியாதிக்க வாதிகளின் ஏஜெண்ட் என்பது போன்ற பிரசாரத்தையும் செய்தனர்.

இந்தப் பொய் பிரசாரத்தை முறியடிக்க அரசாங்கம் களத்தில் இறக்கியது. இதன் உச்சகட்டமாக, ஹனாயின் கலையரங்கச் சதுக்கத்தில் மாபெரும் பேரணி நடை பெற்றது. ஹோ-சி-மின் இதில் கலந்து கொண்டு உணர்ச்சிப் பெருக்கெடுத்தோடும் பேருரை ஒன்றை நிகழ்த்தினார்.

'1945-ம் ஆண்டு ஆகஸ்ட் மாதத்தில் நமது நாடு விடுதலை அடைந்தது. எனினும் இன்றுவரை ஒரு பெரும் நாடுகூட நமது சுதந்தரத்தை அங்கீகரிக்கவில்லை. பிரான்ஸுடனான பேச்சுவார்த்தைகள், நமது சர்வதேச அங்கீ காரத்துக்கான பாதையைத் திறந்து விட்டுள்ளன. உலக அரங்கில் வியத்னாம் ஜனநாயகக் குடியரசின் நிலைப்பாடுகளை பலப்படுத்துவதற்கான பாதையைத் திறந்து

விட்டுள்ளன. இந்த உடன்பாடானது, நமக்கு ஒரு பெரும் அரசியல் வெற்றியாகும். நாம் சுதந்தர நாடாகிவிட்டோம். உடன்பாட்டில் கூறியுள்ளபடி, பிரெஞ்சுத் துருப்புக்கள் படிப்படியாக வியத்னாமிலிருந்து வெளியேறும். நமது நாட்டு மக்கள் அமைதியாகவும், கட்டுப்பாட்டுடனுமிருந்து நமது ஒற்றுமையைப் பலப்படுத்த வேண்டும்' என்று கூறிய ஹோ-சி-மின் ஒரு விநாடி நேரம் தனது உரையை நிறுத்தி, 'ஹோ-சி-மின் ஆகிய நான் எனது வாழ்நாள் முழுவதும் எனது மக்களோடு சேர்ந்து தாயகத்தின் விடுதலைக்காகவே போராடி வருகின்றேன். என்னுடைய லட்சியத்துக்குத் துரோகம் செய் வதைக் காட்டிலும் மரணமடைவதையே நான் விரும்புகிறேன்' என்று உணர்ச்சிப் பொங்கக் கூறினார். அவர், தனது உரையை முடித்ததும், மக்கள் அனைவரும் முஷ்டியை உயர்த்தி 'அரசாங்கத்தின் முடிவை ஏற்போம்', 'ஹோ-சி-மின் நீடூழி வாழ்க!' என்று பெரும் முழக்கம் செய்தனர்.

பூர்வாங்க உடன்பாட்டில் கையெழுத்திட இரண்டு தினங் களுக்குப் பிறகு ஹனாய் நகரின் சுய-பாதுகாப்பு பிரிவுகளின் தளபதிகளை ஹோ-சி-மின் அழைத்தார்.

'போர் நிறுத்த உடன்பாடு செய்து விட்டதால் மட்டும் யுத்தம் முடிந்து விட்டது என்று சொல்ல முடியாது. பிரெஞ்சுத் துருப்புகள் சம்பந்தமாக ஒரு நல்லெண்ணக் கொள்கையை நாம் பின்பற்ற உதவி பூண்டுள்ளோம் என்பதால் நாம் பலவீன மாயிருந்து நிர்ப்பந்தத்துக்கு அடிபணிய வேண்டுமென்பதல்ல. அதற்குமாறாக நிலைமைகள் மாறும்பொழுது நாம் முழுத்தாக்குதலுக்குத் தயாராயிருக்க வேண்டும்.'

அடுத்த சில மாதங்களில் வியத்னாம் குடியரசின் ஆயுதப் படைகள் பலப்படுத்தப்பட்டன. அனைத்து இடங்களிலும் சுய பாதுகாப்புக் குழுக்கள் உருவாக்கப்பட்டன. இந்தக் குழுக்களைச் சேர்ந்தவர்களுக்கு ராணுவப் பயிற்சி அளிக்கப்பட்டது. எதிரியை நேருக்கு நேர் சந்தித்து கைகலப்பு யுத்தம் நடத்துவதற்கும் பயிற்சி அளிக்கப்பட்டது. நாடு முழுவதிலும் ஆயுத தயாரிப்பு தொழிற்சாலைகள் உருவாக்கப்பட்டன. கிராமத்து கொல்லர்கள், வாட்களையும் ஈட்டிகளையும் தயாரித்தனர்.

குடியரசின் நிரந்தர ராணுவம் வேகமாக வளர்ச்சியடைந்தது. கட்சி தலைமறைவாகச் செயல்பட்டுக்கொண்டே அதில் கவனம்

செலுத்தியது. கட்சியின் வழிகாட்டலின் கீழ் ஹனாயில் இரண்டு
ராணுவப்பயிற்சிப் பள்ளிகள் நடத்தப்பட்டன. ஒன்று, நிரந்தர
ராணுவத்தினருக்காகவும் மற்றொன்று சுயபாதுகாப்பு பிரிவு
களுக்காகவும் நடத்தப்பட்டன.

'தாயகத்துக்கு விசுவாசம், மக்களுக்கு விசுவாசம்' என்ற லட்சிய
நோக்குடன் மக்கள் ஆதரவைப்பெற்ற, மக்களைப் பாது
காப்பதற்காகப் போராடக்கூடிய ராணுவம் உருவெடுத்தது.
மக்களே அதை 'ஹோ மாமா ராணுவம்' என்றழைத்தனர்.

சியாங்-கே-ஷேக்கின் 2 லட்சம் ராணுவத்தினரும் வியத்னாமி
லிருந்து வெளியேறும் முன்பு, அங்குள்ள மக்களைத் துன்புறுத்
தினர். கொள்ளையடித்தனர். அத்தகைய பொருள்களை ரயில்
மூலமும், லாரிகள் மூலமும் கொண்டு சென்றனர். அவ்வாறு
25 கோடி பியஸ்தர் (வியட்னாம் ரூபாய்) மதிப்புள்ள பொருள்
களைக் கடத்திச் சென்றனர். இந்தோ-சைனா வங்கியில்
மோசடி செய்து மற்றொரு 40 கோடி பியஸ்தர்களை கையாடல்
செய்தனர்.

சியாங்கின் படைகள் வெளியேறிய உடன் பிரெஞ்சுப் படைகள்
வியத்னாமுக்குள் புகுந்தன. அவை, வியத்னாம் தற்காப்புப்
பிரிவுகளை ஆந்திரமூட்டின. பிரெஞ்சுப்படைகள் தாங்கள்
இருக்குமிடங்களில் பாதுகாப்பைப் பலப்படுத்திக் கொள்ள
வேண்டுமென்றும் ஸ்தல அன்னாமிய அமைப்புகளின் தலைவர்
களை ஒழித்துக்கட்டி ஓர் அதிரடிப் புரட்சிக்கான ஏற்பாட்டைச்
செய்யும்படியும் பிரெஞ்சுப் படைகளின் தளபதி ரகசிய
சுற்றறிக்கை அனுப்பினான்.

பிரெஞ்சுத் துருப்புக்கள் மத்திய வியத்னாமிலும், சீன எல்லை
யோரம் உள்ள நகரங்களையும் கைப்பற்றினர். சுருக்கமாகச்
சொல்லப்போனால் வியத்னாம் அரசாங்கத்தை அனைத்துப்
பக்கங்களிலிருந்தும் சூழ்ந்து நின்றனர்.

பூர்வாங்க உடன்பாட்டில் கண்டபடி இரண்டாவது சுற்றுப்
பேச்சுவார்த்தையைத் தொடங்க வேண்டுமென்று வியத்னாம்
அரசாங்கம் வற்புறுத்தியது. மார்ச் 24 ஆம் தேதி வியத்னாமி
லிருந்து பிரெஞ்சுப்படைகளின் தளபதியுடன் ஹோ பேச்சு
வார்த்தை நடத்தினார். அது தோல்வியடைந்தது. எனவே,
அடுத்தகட்ட பேச்சுவார்த்தையை பாரீஸுக்குத் கொண்டு

செல்வதுதான் சிறந்தது என்று ஹோ கருதினார். ஏனென்றால், பிரெஞ்சுத் தொழிலாளி வர்க்கம், கம்யூனிஸ்ட் கட்சி ஆகிய வற்றைக் கொண்டு பிரெஞ்சு அரசாங்கத்தின் மீது நிர்ப்பந்தம் செலுத்தவும், பிரெஞ்சு மக்கள் முன்பு இப்பிரச்னையைக் கொண்டு செல்லவும், உலக மக்களின் கவனத்தை ஈர்க்கவும் இது பயன்படுமென்று ஹோ கருதினார். கட்சியும் அவர் கூறியதை ஏற்றுக்கொண்டது.

ஏப்ரல் 26-ம் தேதி வியத்னாம் அரசாங்கத்தின் தூதுக்குழு பாம் வான் டாங் தலைமையில் பிரான்ஸ் நாட்டுக்குச் சென்றது. பிரெஞ்சு அரசாங்கத்தின் விருந்தினராக வரும்படி ஹோவுக்கு பிரெஞ்சு அரசாங்கம் மே மாதக் கடைசியில் அழைப்பு விடுத்தது. 30-ம் தேதி அதிகாலையில் ஹனாய் நகரின் சர்வகலாசாலைக் கட்டடத்தில் ஒரு பெரும் வழியனுப்புக் கூட்டம் நடைபெற்றது. பல்லாயிரக்கணக்கான மக்கள் திரண்டிருந்த அந்தக் கூட்டத்தில் ஹோ, பேருரையாற்றினார்.

அடுத்த நாள் அதிகாலையில் எழுந்த ஹோ-சி-மின், பிரெஞ்சுக் காரர்களின் பிடியிலிருந்த கொச்சின் - சைனா (நாம்போ) பகுதி மக்களுக்கு ஒரு கடிதம் எழுதினார் :

'பிரான்ஸுடன் அதிகாரபூர்வ பேச்சுவார்த்தை நடத்துவதற்காக, நாங்கள் பாரீஸுக்குப் போவது குறித்து நீங்கள் கவலைப்பட வேண்டாம். நதிகள் வற்றலாம், மலைகள் சிதறலாம். ஆனால் இந்த உண்மை மாறாது. நீங்கள் ஒற்றுமையாக இருக்க வேண்டும். கையில் உள்ள ஐந்து விரல்களும் ஒரே உயரம் கொண்டவை அல்ல. ஆனால் கையில் அவை ஒற்றுமையாக உள்ளன. நமது சக மக்கள் அனைவரும் ஒரே மாதிரியானவர்கள் அல்ல. ஆனால் அவர்கள், ஒரே முன்னோர்களிலிருந்து வந்தவர்கள்...'

ஹோ-சி-மின் பயணம் செய்த விமானம், பெட்ரோல் போடு வதற்காக கெய்ரோ விமான நிலையத்தில் நின்றபோது, 'கொச்சின் சைனா குடியரசு' என்ற போலித்தனமான பெயரில் சைகோனில், பிரெஞ்சுக்காரர்களால் ஒரு பொம்மை அரசு நிறுவப்பட்டிருக்கிறது என்ற செய்தி கிடைத்தது.

பிரான்ஸ்-வியத்னாம் பேச்சுவார்த்தை ஜூலை 6-ம் தேதி தொடங்கியது. வியத்னாமின் சுதந்தரம் அங்கீகரிக்கப்பட

வேண்டுமென்றும், பிரெஞ்சு யூனியன் என்ற வடிவத்துக்குள்
வியத்நாமின் ஒற்றுமை மீண்டும் உருவாக்கப்பட வேண்டு
மென்றும் உள்நாட்டு, வெளிநாட்டுக் கொள்கைப் பிரச்னை
களில் வியத்நாம் ஜனநாயகக் குடியரசுக்குள்ள இறை
யாண்மையை பிரான்ஸ் அங்கீகரிக்க வேண்டுமென்றும்
வியத்நாம் அரசாங்கத் தூதுக்குழு கோரியது. அத்துடன்,
இந்தோ-சைனா இணையம் என்பது வியத்நாம், லாவோஸ்
மற்றும் கம்போடியா ஆகியவற்றின் நலன்களை ஒன்றிணைக்
கும் வடிவமே என்றும், அவற்றின் பொருளாதார, கலாசார
பிணைப்புகளைப் பாதுகாக்கும் ஒரு வடிவமே என்றும்
வியத்நாம் தூதுக்குழு கருத்துத் தெரிவித்தது. இறுதியாக,
கொச்சின்-சைனா பகுதியை (நாம்-போ) வியத்நாம் குடியரசி
லிருந்து பிரிக்கும் நடவடிக்கையையும் இந்தத் தூதுக்குழு
கடுமையாக எதிர்த்தது.

ஆனால், பிரெஞ்சு தூதுக்குழுவோ இதற்கு எதிர்மாறான
நிலையை எடுத்தது. வியத்நாம் துண்டாடப்படுமென்றும், நிதி,
ராணுவம், அயல் துறைக்கொள்கை போன்றவற்றில் வியத்நாம்
அரசின் இறையாண்மையை அங்கீகரிக்க முடியாதென்றும் அது
திமிருடன் கூறியது.

ஹோ-சி-மின், தூதுக்குழுவின் உறுப்பினர் அல்ல என்பதால்
அவர் பேச்சுவார்த்தைகளில் பங்கேற்கவில்லை. ஆனால்,
பிரெஞ்சு கம்யூனிஸ்ட் கட்சி, இதர அரசியல் கட்சிகள்,
வெகுஜன அமைப்புகளின் தலைவர்களைச் சந்தித்து உரை
யாடினார்.

அச்சமயத்தில் பிரான்சின் கூட்டணி அமைச்சரவையில் பிரெஞ்சு
கம்யூனிஸ்ட் கட்சியும் பங்கேற்றிருந்தது. அதற்கு அமைச்சர
வையில் ஐந்து பிரதிநிதிகள் இருந்தனர். கட்சியின் பொதுச்
செயலாளரான மாரிஸ் தோரே, பிரான்சின் துணைப் பிரதமராக
இருந்தார். வியத்நாம் தூதுக்குழுவின் கருத்தை ஏற்கும்படி,
கம்யூனிஸ்ட் அமைச்சர்கள் அரசாங்கத்தை நிர்ப்பந்தித்தனர்.
ஆனால், அதில் வெற்றிபெற முடியவில்லை. 1946-ம் ஆண்டு
ஜூன் 2-ம் தேதி நடைபெற்ற தேர்தலில், அரசியல்
நிர்ணயசபையிலும், அரசியல் சட்டக் கமிஷனிலும் தங்களுக்
கிருந்த பெரும்பான்மையை பிரெஞ்சு சோஷலிஸ்ட் கட்சியும்,
கம்யூனிஸ்ட் கட்சியும் இழந்தன. இதன் விளைவாக, மக்கள்

குடியரசு இயக்கம் என்ற பிற்போக்கு கட்சியின் பிடியில் அரசாங்கம் வந்தது.

எனவே, அனைத்து பிரதான பிரச்னைகள் மீதான முடிவை ஒத்திவைப்பது என்ற அடிப்படையில் இவ்விரு தூதுக் குழுக்களுக்கும் இடையே ஒரு ஒப்பந்தம் ஏற்பட்டது.

மூன்று மாதகால பேச்சுவார்த்தைக்குப்பின் ஹோ-சி-மின் நாடு திரும்பினார். அடுத்தகட்ட தயாரிப்புக்கு நாடு தயாராகிறது.

17. பிரெஞ்சுத் தாக்குதல்

1946, இலையுதிர் காலத்தில் வியத்னாமின் வடக்குப் பகுதி மாநிலங்களைப் பிடிக்க பிரான்ஸ் திட்டமிட்டு, துருப்புக்களை ரகசிய மாக தயார் செய்ய ஆரம்பித்தது. நவம்பர் 23-ம் தேதியன்று ஹைபாங்க் நகரிலிருந்த வியத்னாமிய அதிகாரிகளுக்கு பிரெஞ்சு ராணுவத்தலைமை திடீர் கட்டளையிட்டது. அடுத்த இரண்டு மணி நேரத்துக்குள் வியத் னாம் அதிகாரிகள் துறைமுகப் பகுதியிலிருந் தும், அதை அடுத்துள்ள இடங்களிலிருந்தும் வெளியேற வேண்டுமென கட்டளை யிட்டது. இரண்டுமணி நேரம் கழிந்ததும், பிரெஞ்சுப் படைகள், ஹைபாங்க் நகர் மீது கண்மூடித்தனமான தாக்குதலில் ஈடுபட்டன. நகர் மீது ஏராளமான குண்டுகளை வீசி ஆயிரக்கணக்கானோரைக் கொன்றன.

பிரான்சுடன் மோதல் ஆரம்பமாகி விட்டதை அறிந்த ஹோ-சி-மின், அரசாங்கம் மற்றும் கட்சியின் தலைமையகத்தை வியட்பாக் பகுதிக்கு மாற்றும்படியும், மலைகளிலும் காடுகளிலும் கெரில்லா தளங்களை அமைக்கும்படியும், தொழிற்சாலைகள், ஆயுதக்கிடங்குகள், உணவுப் பொருள் சேமிப்பு போன்றவற்றை நகரங்களிலிருந்து

மாற்றி, காட்டுப் பகுதிகளுக்குக் கொண்டுபோகும்படியும் உத்திரவிட்டார்.

டிசம்பர் 19-ம் தேதியன்று ஹனாய் நகர் மீது பிரெஞ்சுப் படைகள் பெரும் தாக்குதலைத் தொடுத்து மின்நிலையங்கள், சில தொழிற்கூடங்கள், அரசாங்க கட்டடங்கள் போன்றவற்றை நாசம் செய்தன. அடுத்தநாள் அரசாங்கக் கட்டடத்தின் உச்சியில் பறந்து கொண்டிருந்த வியத்னாம் கொடியை இறக்கிவிட்டு, பிரெஞ்சுக் கொடியைப் பறக்கவிட்டன.

பிரெஞ்சு காலனி ஆதிக்கவாதிகளுக்கெதிரான, அதன் ஆட்சிக் கெதிரான போராட்டம் 1946, டிசம்பர் 20-ம் தேதியன்று துவங்கியது. அது சுமார் 9 ஆண்டுகாலம் நீடித்தது. அந்த கடினமான போராட்டத்தின் இதயமும் உயிருமாக ஹோ-சி-மின் விளங்கினார்.

பிரெஞ்சுப் படைகள் ஒருசில நாள்களுக்கு வியத்னாம் முழுவதையும் பிடித்துவிடலாமென்று தப்புக் கணக்குப் போட்டன. பல நாள் நீடித்த மோதலுக்குப்பின், பல நகரங்களை அவை பிடித்தன. ஆனால், கெரில்லா படைகள் கிராமங்களிலும், காடுகளிலும் தங்கள் தளங்களை நிறுவின.

ஹோ-சி-மின். தனது இருப்பிடத்தை கெரில்லாக்களின் பிடியிலிருந்த ஒரு அடர்த்தியான காட்டுக்கு மாற்றிக் கொண்டார். எட்டே எட்டு பேர் கொண்ட அவரது பாதுகாவலர்கள் குழு, எதிரிகளின் கண்களில் படாமலும், கொடிய வன விலங்கு களிலிருந்து அவர் தாக்கப்படாமலும் பாதுகாத்தது. தீட்டப்படாத அரிசி, வேகவைத்த காட்டுச் செடிகள் ஆகியவற்றைக் கொண்டதாக அவரது உணவு இருந்தது.

1946-47 காலகட்டத்தில் வியத்னாமிய ராணுவமும் கட்சியும் மிகப்பெரும் வளர்ச்சிகளைச் சந்தித்தன. 1946-ம் ஆண்டில் இருபதாயிரம் ஆயிரம் உறுப்பினர்களைக் கொண்டிருந்த கம்யூனிஸ்ட் கட்சி 1947-ல் 50 ஆயிரம் உறுப்பினர்களைக் கொண்டதாக வளர்ந்தது. வியத்னாம் ராணுவப் படையினரின் எண்ணிக்கை ஒரு லட்சமாக உயர்ந்தது.

1947-ம் ஆண்டில், 'நமது வேலைமுறையை மேம்படுத்துவோம்' என்ற தலைப்பில் ஹோ ஒரு பிரசுரம் எழுதினார். கம்யூனிஸ்டு களின் தார்மக உருவாக்கம் என்பது மனிதாபிமானம், நீதி, துணிவு

மற்றும் நேர்மை ஆகியவற்றைக் கொண்டதாக இருக்க வேண்டுமென்று அவர் கூறினார்.

1947-ம் ஆண்டு அக்டோபர் மாதத்தில் பிரெஞ்சு அரசாங்கம் மேலும் துருப்புக்களை விமானம் மூலம் இறக்கியது. எனவே, உடனடியாக அரசாங்கத்தை வேறு இடத்துக்கு மாற்றுவதென்று கட்சியின் நிரந்தரக்குழு முடிவு செய்தது. அதன்படி, பருவமழை கொட்டிக் கொண்டிருந்த நள்ளிரவில் ஹோ-சி-மின்னும் அவருடைய எட்டு பாதுகாவலர்களும் ஒரு நீண்ட ஆபத்தான பயணத்தை மேற்கொண்டனர். அவர்களுடைய தோளிலிருந்த மூங்கிற்கம்புகளின் இருபுறமும் ஏராளமான பொருள்கள் இருந்தன. இருதினங்களுக்குப் பிறகு குறிப்பிட்ட இடத்தை அவர்கள் அடைந்தனர்.

கிடுக்கிப்பிடி தாக்குதல் மூலம் வெற்றிபெற்று விடலாமென்று கருதிய பிரெஞ்சு ஆக்கிரமிப்புப்படை அடிமேல் அடிவாங்கத் தொடங்கியது. வியட்பாக் பகுதியின் பல இடங்களிலிருந்து அது விரட்டியடிக்கப்பட்டது.

18. உலக நாடுகளுக்கு வேண்டுகோள்

1950-ம் ஆண்டு ஜனவரி மாதத்தில் ஹோ-சி-மின் உலக நாடுகளுக்கு ஒரு வேண்டுகோள் விடுத்தார். சமத்துவம், பரஸ்பரமரியாதை என்ற அடிப்படையில் அனைத்து நாடுகளுடனும் ராஜதந்திர உறவை ஏற்படுத்திக்கொள்ள வியத்னாம் ஜனநாயகக் குடியரசு தயாராகி உள்ளது என்று அறிவித்தார். சோவியத் யூனியனும் மக்கள் சீனக் குடியரசும், இதர சோசலிச நாடுகளும் இந்த அறிவிப்பை உடனே ஏற்று ராஜதந்திர அங்கீகாரம் அளித்தன. அதுமட்டுமல்ல, பிரெஞ்சு காலனியாதிக்கவாதிகளின் கேவல மான யுத்தத்தை சோவியத் யூனியனுடன் ராஜீய உறவு கொண்டதானது வியத்னாம் அரசாங்கத்தின் பெருமையை மேலும் உயர்த்தியது.

வியத்னாமுக்கு சோவியத் யூனியனிடமிருந்து ராணுவ, பொருள் உதவி பெரிதும் தேவைப் பட்டதால், அவற்றைப் பெறும் பொருட்டு முதலில் வியத்னாம்-சீன எல்லையிலிருந்து பிரெஞ்சுப்படைகளை விரட்டியடிப்பது என்று கட்சியின் நிரந்தரக் குழு முடிவு செய்தது.

அதன்படி சீன எல்லையருகே உள்ள டோங் டாங் என்ற இடத்தில் 1950-ம் ஆண்டு செப்டெம்பர் 16-ம் தேதியன்று காலை 6 மணிக்கு யுத்தம் துவங்கியது. ஹோவும், இதர தளபதிகளும் அருகிலுள்ள மலைக்குன்று மீதிருந்து இந்த யுத்தத்தைப் பார்வையிட்டனர்.

இருபது நாள்கள் நடந்த யுத்தத்தின் முடிவில் பிரெஞ்சுப் படைகள் சிதறியடிக்கப்பட்டன. ஐந்து வருடங்களில் முதல் தடவையாக எட்டாயிரம் பிரெஞ்சுத் துருப்புகள் சிறைப்படுத்தப்பட்டனர்.

பிரெஞ்சு ராணுவத்துக்கு மரணஅடி கொடுத்த இறுதி யுத்தம் 1953, மார்ச் 13-ம் தேதியன்று தொடங்கியது. 'தியன் பியன் பூ' (Dien Bien Phu) என்ற இடத்தில் தொடங்கிய இந்த யுத்தமானது, உலக வரலாற்றில் சிறப்பிடம் பெற்ற நிகழ்ச்சியாகும். இந்த யுத்த களத்துக்கு மிகப்பெரும் ராணுவச் சாதனங்களைக் கொண்டு செல்வதற்காக, மலைகளிடையே 300 கி.மீட்டர் தொலைவுக்குச் சாலைகள் போடப்பட்டன. பிரெஞ்சு விமானங்கள் இரவு பகலாக ரோந்து சுற்றி வந்ததால், இந்த வேலை முழுவதும் இரவோடிரவாகச் செய்யப்பட்டன. இரவில் செய்த வேலை முழுவதும் அதிகாலையில் இலைகள், தழைகளைப் போட்டு மூடிவைக்கப்பட்டுவிடும். அதேபோல் இரவோடிரவாக 200-க்கும் மேற்பட்ட பதுங்குக் குழிகள் வெட்டப்பட்டன. பிரெஞ்சுப் படைகள் வேலியிட்டுத் தங்கியிருந்த இடங்களை நோக்கி பூமிக்கடியில் பாதை அமைக்கப்பட்டன. இந்தப் பணியில், வியத்னாமிய போர்வீரர்களுக்குப் பல்லாயிரக்கணக் கான விவசாயிகள் - ஆண்கள், பெண்கள் மற்றும் முதியோர்கள் பெரும் உதவிபுரிந்தனர்.

இந்தப் போரில் முதல் தடவையாக 'கட்யூஷா' என்ற சோவியத் ராக்கெட்டை வியத்னாம் ராணுவம் பயன்படுத்தி பிரெஞ்சுப் படையைச் சிதறடித்தது. இதே ராக்கெட்தான், இரண்டாம் உலகப் போரில் ஹிட்லரின் ஜெர்மானிய ராணுவத்தை இறுதியில் தகர்த்தெறிந்ததுமாகும்.

ஐம்பத்து ஐந்து நாள் யுத்தத்துக்குப் பின் மே 7-ம் தேதியன்று பிரெஞ்சுப் படை சரணடைந்தது.

இந்த 'தியன் பியன் பூ' யுத்தத்துக்காக வியத்னாம் ராணுவம் தயாரிப்புச் செய்து வந்த நேரத்தில், ஸ்வீடன் நாட்டைச் சேர்ந்த பத்திரிகையாளர் ஒருவருக்கு, ஹோ-சி-மின் பேட்டியளித்தார்.

'பிரெஞ்சு அரசாங்கமானது அது தொடங்கிய கடந்த பல வருட யுத்தத்திலிருந்து ஏதாவது படிப்பினையைப் பெற்று போர் நிறுத்தத்துக்குப் பேச்சுவார்த்தை நடத்தி சமாதானபூர்வமான வழிகளில் வியத்னாம் பிரச்னையைத் தீர்க்க விரும்பினால், வியத்னாம் குடியரசின் அரசாங்கமும், மக்களும் அதற்குத் தயாராயிருக்கிறார்கள். பிரெஞ்சு காலனி ஆதிக்கவாதிகள் தங்களுடைய ஆக்கிரமிப்பு யுத்தத்தைத் தொடருவார்களானால் வியத்னாம் மக்கள், இறுதி வெற்றி கிடைக்கும் வரை தங்களு டைய தேசபக்த யுத்தத்தை நடத்த உறுதிபூண்டுள்ளனர்.'

இந்தப் பேட்டியானது ஒரு தீர்வுக்கான வழியைத் திறந்து விட்டது. சோவியத் நாட்டின் முன்முயற்சி காரணமாக வியத்னாமின் பிரதிநிதிகளும் பங்கேற்ற ஒரு சர்வதேச மாநாடு ஜெனிவாவில் நடைபெற்றது. இறுதியில் 1954-ம் ஆண்டு ஜூலை மாதம் 20-ம் தேதி ஒரு உடன்படிக்கை ஏற்பட்டது.

இதன்படி வியத்னாமின் சமாதானம், தேசிய சுதந்தரம் மற்றும் தேச ஒற்றுமை ஆகியவற்றை பிரெஞ்சு அரசாங்கம் ஏற்றுக் கொண்டது. சமாதானத்தை ஏற்படுத்தி, சண்டையிட்டுக் கொண்டிருந்தவர்களை மீண்டும் ஒன்றுபடுத்தும் பொருட்டு, வியத்னாம் நாடு தாற்காலிகமாக இரண்டு பகுதிகளாகப் பிரிக்கப்பட்டது. 17-வது பூமத்திய இணைகோடு (அட்ச ரேகை) பிரிக்கும் கோடாக இருக்கும். மாநாட்டில் பங்கேற்றவர்கள் அதை ஓர் அரசியல் எல்லைக் கோடாகக் கருதவில்லை. ஆனால், ஒரு தாற்காலிகப் பிரிக்கும் கோடாகவே கருதினார்கள். நாட்டை ஒன்றிணைக்கும் பொருட்டு வியத்னாம் நாடு முழுவதிலும் 1956, ஜூலை மாதத்தில் ஜனநாயக முறையில் பொதுத் தேர்தல் நடத்துவதென்றும் உடன்பாடு ஏற்பட்டது.

இந்த உடன்பாடு வியத்னாம் மக்கள் அனைவருக்கும் கிடைத்த மாபெரும் வெற்றியாகும். ஹோ-சி-மின் அதைப் பின்வருமாறு குறிப்பிட்டார்:

'வரலாற்றில் முதல் தடவையாக ஒரு சின்னஞ்சிறிய பலவீன மான காலனி நாடு. வல்லமை மிக்க ஒரு காலனி ஆதிக்கச் சக்தியைத் தோற்கடித்துள்ளது. அது, நமது மக்களுக்கு ஒரு மகத்தான வெற்றியாகும்; அதே சமயத்தில் உலகில் உள்ள சமாதான, ஜனநாயக மற்றும் சோசலிச சக்திகளுக்குக் கிடைத்த வெற்றியாகும். மார்க்சியம்-லெனினியமானது மீண்டுமொரு

முறை தொழிலாளி வர்க்கம் மற்றும் மக்களுக்கான பாதைக்கு ஒளியூட்டியுள்ளது. தங்களுடைய நாட்டைப் பாதுகாப்பதற்கான, புரட்சிகர வெற்றிகளைப் பாதுகாப்பதற்கான போராட்டத்தில் அவர்களை வெற்றிக்கு இட்டுச் சென்றுள்ளது.'

ஏழரை ஆண்டுகாலத்துக்குப்பின் ஹோ-சி-மின்னும், வியத் னாமிய படைகளும் மீண்டும் ஹனாய் நகருக்கு வெற்றிகரமாகத் திரும்பி வந்தார்கள். ஹனாய் நகரம் அவர்களுக்கு வீர வரவேற் பளித்தது. வீடுகள் முன்பும், தெருக்களிலும் ஹோ-சி-மின் படங் களை பாங்குற தொங்கவிடப்பட்டிருந்தன. மலர்க்கொத்துக் களும், பாடல்களும், வாழ்த்துகளும் வியத்னாமிய சிப்பாய்களை வரவேற்றன.

19. மீண்டும் யுத்தம்

ஜெனீவா உடன்படிக்கைக்கு முன்னர் பிரெஞ்சுப் படைகள், வியத்னாமியப் படைகளுடன் இறுதிக்கட்ட போர் நடத்திக் கொண்டிருந்த நேரத்திலேயே அமெரிக்க ஏகாதிபத்தியம், வியத்னாம் நாடு உள்ளிட்டு இந்தோ-சைனா முழுவதையும் கைப்பற்றத் திட்டம் தீட்டிவந்தது.

போவோதாய் அமெரிக்காவுடன் சம்பந்தமே யில்லாமல் பல்லாயிரக்கணக்கான மைல் தொலைவில் இருக்கும் இந்தோ-சைனாவைக் கைப்பற்ற வேண்டிய அவசியம் என்ன? ஏராளமான கனிம வளங்கள் நிரம்பிய அந்தப் பிராந்தியத்தைப் பிடித்துக்கொண்டால், அங்கே கிடைக்கும் வெள்ளீயம், டங்ஸ்டன் முதலிய உலோக வளத்தைக் கொள்ளையடிக்கலாம் என்று அந்த அமெரிக்க ஏகாதிபத்தியம் திட்டமிட்டது. எனவே, ஜெனீவாவில் பேச்சுவார்த்தை நடக்கும் நேரத்திலேயே தெற்கு வியத்னாமைக் கைப்பற்ற ஒரு சதித்திட்டத்தை அது நிறைவேற்றியது.

அதன்படி, அமெரிக்காவில் படித்து சி.ஐ.ஏ. என்ற உளவு நிறுவனத்தோடு சம்பந்தப்

பட்டிருந்த நிகோதின் தியம் என்பவனை, தென் வியத்னாமின் பொம்மை அரசனாக இருந்த பாவோ தாய்க்கு பிரதமராக நியமித்தது. பாவோ தாய் அச்சமயத்தில் பிரன்சில் வசித்து வந்தான். 1954-ம் ஆண்டு ஜெனீவா உடன்படிக்கையைத் தொடர்ந்து பிரெஞ்சுப் படைகள், வியத்னாமிலிருந்து வெளி யேறின. இந்த வாய்ப்புக்காகக் காத்துக்கொண்டிருந்த அமெரிக்கா, உடனே ஏராளமான ராணுவத்தினரையும், 'ஆலோச கர்கள்' என்ற பெயரில், சி.ஐ.ஏ. சதிகாரர்களையும் தென் வியத்னாமிற்குள் அனுப்பியது. ஜெனீவா உடன்படிக்கையில் கையொப்பமிட மறுத்தது.

தென் வியத்னாமை தனது காலனி நாடாக மாற்றிவிட வேண்டு மென்று திட்டமிட்ட அமெரிக்கா, 1955-ம் ஆண்டு அக்டோபர் மாதத்தில் ஒரு போலித்தனமான கருத்துக் கணிப்பை நடத்தி பெயரளவுக்கு மன்னனாயிருந்த போவோ தாயை அகற்றிவிட்டு, தனது கையாள் நிகோதின் தியமை தென் வியத்னாமின் ஜனாதிபதியாக்கியது.

அன்று முதலே தென்வியத்னாமில் கடுமையான ஒடுக்குமுறை தொடங்கியது. கம்யூனிஸ்ட்டுகள், ஜனநாயகவாதிகள், நடு நிலைவாதிகள், ஜெனீவா உடன்படிக்கையை ஆதரித்தவர்கள் எனப் பல்லாயிரக்கணக்கானோர் சிறையிலடைக்கப்பட்டனர். நூற்றுக்கணக்கானோர், விசாரணையின்றி சுட்டுக் கொல்லப் பட்டனர். எங்கு நோக்கிலும் காவல் முகாம்களாக இருந்தன.

நிகோதின் பொம்மை அரசை அமெரிக்கா உடனே அங்கீகரித்தது அதைத் தொடர்ந்து பிரிட்டன், பிரான்ஸ் அரசாங்கங்கள் அங்கீகரித்தன.

ஜெனீவா ஒப்பந்தப்படி, 1956-ம் ஆண்டில் தென்வியத்னாமில் தேர்தலை நடத்தும்படி நிகோதின் அரசிடம், வட வியத்னாம் ஜனநாயகக் குடியரசு பலமுறை கோரியது, ஆனால், அந்த வேண்டுகோள் செவிடன் காதில் ஊதிய சங்காயிற்று.

ஜெனீவா ஒப்பந்தத்துக்குப் பின் வட வியத்னாமில் முழுமையான நிலச்சீர்திருத்தம் செய்யப்பட்டது. பெரும் நில உடைமைகள் ஒழிக்கப்பட்டு உழுபவனுக்கு நிலம் சொந்தமாக்கப்பட்டது. மூன்று வருட பொருளாதார வளர்ச்சித் திட்டம் நிறைவேற்றப் பட்டு, அதன் விளைவாகப் பரந்த அளவிலான சமூகப்

பொருளாதார மாற்றம் அங்கே ஏற்பட்டது. இரும்பு-உருக்குத் தொழிற்சாலைகள், உலோகத் தொழிற்சாலைகள், இயந்திரங்கள் செய்யும் தொழிற்சாலைகள் எனப் பல்வேறு வகைப்பட்ட தொழில்கள் பெருகி வலுவான சோசலிச அமைப்புக்கு அடித் தளம் இட்டன. கிராமப்புறங்களில் உருவாக்கப்பட்ட பெரும் கூட்டுப் பண்ணைகள் அந்தக் கிராமங்களின் தோற்றத்தையே மாற்றின. உணவுப் பொருட்களுக்குத் தெற்கு வியத்னாமை எதிர்நோக்கியிருந்த நிலைமை மாறி வட வியத்னாம் தனக்குத் தேவைப்படுமளவுக்குத் தானே உற்பத்தி செய்துகொள்ள முடிந்தது. அனைவரும் கல்வி அறிவு பெற்றவர்களாயினர்.

20. மீண்டும் தனது கிராமத்தில்

1957-ம் ஆண்டு மே மாதம் 14-ம் தேதியன்று ஹோ-சி-மின் தன்னுடைய சொந்தக் கிராமத் துக்கு விஜயம் செய்தார். சுமார் 50 ஆண்டு களுக்கு முன்பு தனது நாட்டின் விடுதலைக்கு வழிதேடி உலகப்பயணம் மேற்கொண்ட அவர், நாட்டின் தலைவனாக இப்பொழுது தனது கிராமத்துக்குள் நுழைந்தார். கிராம மக்கள் மகிழ்ச்சிப் பரவசத்தினால் கண்ணீர் வடித்தனர்.

மூன்றாயிரத்துக்கும் மேற்பட்ட மக்கள் திரண்டிருந்த அந்தக் கூட்டத்தில் ஹோ-சி-மின் அமைதியாகக் கூறினார்:

'ஐம்பதாண்டுகளுக்கும் மேலாக வெகுதூரத்தி லிருந்த நான் இந்த மாநிலத்தின் மகன். முதன்முறையாக பிறந்த மாநிலத்துக்கு இன்றுதான் வந்துள்ளேன். பிறந்த மண் மீதுள்ள பாசத்தினால் எனது இதயம் கனக்கிறது. அந்த ஐம்பதாண்டுகள் ஆழமான உணர்வுகளால் நிரம்பியிருந்தன. தனது கிராமத்திலிருந்து நீங்கி வெகு தொலைவி லிருந்த மனிதன், திரும்பி வந்தபொழுது மகிழ்ச்சியையும் சோர்வையும் அடைவான். ஆனால், நான் சோர்வடையவில்லை,

மகிழ்ச்சியையே அடைகிறேன். ஏனென்றால் நான் இங்கிருந்து சென்றபொழுது காலனி ஆதிக்க ஆட்சியிலிருந்தோம். இன்று நமது தலைவிதியை நாமே தீர்மானிக்கும் சுதந்தர நாட்டின் குடிமக்களாக உள்ளோம்.'

மக்களிடம் கலந்துரையாடிய ஹோ, அவர்களுக்கு நாட்டின் நிலவரத்தை எடுத்துரைத்தார்.

நான்கு ஆண்டுகளுக்குப் பிறகு ஹோ, மீண்டும் தனது மாநிலத்துக்கு வருகை தந்தார். அரசாங்கப் பண்ணைகளையும், பள்ளிகளையும் பார்வையிட்டார். விவசாயத்திலும், மரம் வளர்ப்பதிலும், கச்சாப் பொருட்கள் உற்பத்தியிலும் அதிக கவனம் செலுத்தவேண்டுமென்று கட்சித் தோழர்களிடம் கூறினார். தான் பிறந்து வளர்ந்த தங்கத்தாமரை கிராமத்துக்கும் ஹோங் ட்ரூ கிராமத்துக்கும் விஜயம் செய்தார். ஸ்தலமக்கள் அவருக்கு உற்சாக வரவேற்பளித்தனர். தனது பழைய வீடுகளைப் போய் பார்த்தார்.

அதேபோல், முன்பு தான் தலைமறைவாக இருந்த பாக் போ மலைப்பகுதிக்குப் போய் தான் பெயரிட்ட காரல்மார்க்ஸ் மலையையும், லெனின் ஊற்றையும் கண்டு மகிழ்ச்சிப் பரவசம் கொண்டார்.

1955-ம் ஆண்டில் வியத்னாம் ஜனநாயகக் குடியரசின் தலைவராக, சோவியத் யூனியனுக்குச் சென்ற ஹோ-சி-மின்னுக்கு அங்கே மகத்தான வரவேற்பளிக்கப்பட்டது. இவ்விரு நாடுகளுக்கு மிடையே அரசாங்கத் தரப்பில் உடன்படிக்கைகள் கையெழுத் திடப்பட்டன.

1957-ம் ஆண்டு நவம்பர் மாதத்திலும், 1960-ம் ஆண்டு நவம்பர் மாதத்திலும் மாஸ்கோவில் நடைபெற்ற கம்யூனிஸ்ட் கட்சி களின் மற்றும் தொழிலாளி கட்சிகளின் சர்வதேச மாநாடுகளில் ஹோ-சி-மின் கலந்துகொண்டு உரையாற்றினார்.

மார்க்சிய-லெனினிய அடிப்படையிலும், பாட்டாளி வர்க்க சர்வதேசியத்தின் அடிப்படையிலும் சகோதர கம்யூனிஸ்ட் கட்சிகளிடையேயும், நாடுகளிடையேயும் ஒற்றுமை வளர்க்கப் பட வேண்டும் என்பதற்காக, அந்த மாநாட்டில் ஹோ-சி-மின் பெரும்பாடு பட்டார்.

ஹோ-சி-மின் 1958-ம் ஆண்டு பிப்ரவரி மாதத்தில் இந்தியாவுக்கு வருகை தந்தார். லட்சோப லட்சக்கணக்கான மக்களின் அன்பான வரவேற்பைப் பெற்றார். அன்றைய குடியரசுத் தலைவர் டாக்டர் ராஜேந்திரபிரசாத்தும், பிரதமர் ஜவஹர்லால் நேருவும், ஹோ-சி-மின்னுக்குப் புகழ்மாலை சூட்டினர்.

ஹோ-சி-மின், ஆசியாவிலும் ஆப்ரிக்காவிலும், லத்தீன் அமெரிக்காவிலும் உள்ள சுதந்தர நாடுகளுடன் அதிலும் குறிப்பாக அண்டையிலுள்ள லாவோஸ் மற்றும் கம்பூச்சியா நாடுகளுடன் நட்புறவுகளை வளர்த்துக் கொள்வதில் மிகுந்த கவனம் செலுத்தினார்.

தேச சுதந்தரத்துக்காகவும், காலனி ஆதிக்கத்தை எதிர்த்தும் போராடும் மக்களுக்கு உதவி செய்யவேண்டிய கடமை வியத்னாம் அரசாங்கத்துக்கும் மக்களுக்கும் உண்டு என்று அவர் பலமுறை வலியுறுத்தினார்.

21. அமெரிக்காவின் வெறித்தனம்

தென் வியத்னாமின் பொம்மை ஜனாதிபதி நிகோ தின்தியம் நாட்டில் ஒடுக்குமுறையை ஏவிக்கொண்டே, நாட்டைக் கொள்ளை யடித்து பெரும்செல்வத்தைச் சேர்த்தான். அவனுடைய தரப்பிலிருந்தே அவனுக்குப் பலத்த எதிர்ப்பு வந்ததால், அமெரிக்கா அவனை மாற்றிவிட்டு, தென் வியத்னாமின் பொறுப்பைத் தானே ஏற்றுக்கொண்டது. மிகப் பெருமளவில் அமெரிக்க ராணுவத் தினரை அங்கே கொண்டு வந்தது. கோடி கோடியாகப் பணத்தை அங்கே கொட்டியது. ஆனால், தென் வியத்னாமிய மக்களை அது அடிபணிய வைக்க முடியவில்லை.

இந்த நிலையில் 1960-ம் ஆண்டு செப்டெம்பர் மாதத்தில் வியத்னாம் தொழிலாளர் கட்சியின் மூன்றாவது மாநாடு நடைபெற்றது. அந்த மாநாட்டைத் தொடங்கி வைத்துப் பேசிய ஹோ-சி-மின், வடக்கு வியத்னாமில் சோசலிச நிர்மாணம் செய்வது, வியத்னாம் முழுவதையும் அமைதியாக ஒன்றுபடுத்து வது என்பதுதான் அந்த மாநாட்டின் லட்சியம் என்பதைத் தெளிவுபடுத்தினார்.

அந்த மாநாடு நிறைவேற்றிய தீர்மானம் பின்வருமாறு கூறியது:

‘முதலாவதாக, வடக்கு வியத்னாமில் சோசலிசப் புரட்சியைப் பூர்த்தி செய்வது.’

‘இரண்டாவதாக, அமெரிக்க ஏகாதிபத்தியவாதிகள் மற்றும் அதன் அடிவருடிகளின் ஆட்சியிலிருந்து தெற்கு வியத்னாமை விடுவிப்பது. தேசத்தை ஒன்றுபடுத்தி நாடு முழுவதற்கும் முழு சுதந்தரத்தையும் விடுதலையையும் பெற்றுத் தருவது.’

ஹோ-சி-மின், கட்சி மத்திய கமிட்டியின் தலைவராகத் தேர்ந்தெடுக்கப்பட்டார்.

1960-ம் ஆண்டு டிசம்பர் மாதத்தில் தென் வியத்னாமிய தேச பக்தர்கள், அமெரிக்க ஆக்கிரமிப்பை ஒழித்து, சுதந்தரம் பெறும் பொருட்டு, ‘விடுதலைக்கான தேசிய முன்னணி’ என்ற அமைப்பை உருவாக்கி, போராட்டத்தைத் தொடங்கினர்.

தென் வியத்னாமுக்குள் கொண்டுவரப்பட்ட அமெரிக்கப் படைகள், வட வியத்னாம் மீது திடீர் விமானத் தாக்குதல்கள் தொடுக்க ஆரம்பித்தனர். எனவே, வியத்னாமிய மக்கள் தங்கள் சுதந்தரத்தைப் பாதுகாத்துக்கொள்ள மீண்டும் ஆயுதம் ஏந்தினர். ஏகாதிபத்திய ஆக்கிரமிப்பிற்கெதிராக இரண்டாவது தேசயுத்தம் தொடங்கியது.

‘தாயகத்தைப் பாதுகாக்க அனைத்துப் பிரஜைகளும் முன்வருக’ என்று அரசாங்கம் விடுத்த வேண்டுகோளை ஏற்று லட்சக் கணக்கான மக்கள், ராணுவத்தில் சேரும் பொருட்டு ஹனாய் நகருக்கு வந்தனர். ஒரு சில நாள்களுக்குள், மக்கள் ராணுவத்தில் பணிபுரிய 10 லட்சம் பேர் முன் வந்தனர்.

முதல் எதிர்ப்பு யுத்தத்தைப் போலவே, இந்த அமெரிக்க-எதிர்ப்பு யுத்தத்தின் ஜீவநாடியாக, உந்து சக்தியாக ஹோ-சி-மின் விளங்கினார். தேசிய சட்டமன்றம் உருவாக்கிய உயர் பாதுகாப்பு கவுன்சிலின் தலைவராக அவர் நியமிக்கப்பட்டார். தங்களது கடைசி சொட்டு ரத்தம் இருக்கும்வரை வியத்னாமியர்கள் போராடுவார்கள் என்று அவர் சூளுரைத்தார்.

இந்த மகத்தான போராட்டத்தில் ‘வியத்னாமிற்கு சோவியத் யூனியன், சீனா உள்ளிட்ட சோசலிசநாடுகள் பல உதவிகளைச் செய்தன. வியத்னாமின் பாதுகாப்புக்கு உதவுவோம், அதைப் பலப்படுத்தியே தீருவோமென்று பிரகடனம் செய்த சோவியத்

யூனியன், வியத்னாமிற்கு மாபெரும் உதவிகளைச் செய்தது. நவீன ஆயுதங்கள் கொடுத்தது, எதிரி விமானங்களை வீழ்த்தும் ஏவுகணைகளைக் கொடுத்தது, போர் விமானங்களையும், இதர கருவிகளையும் கொடுத்தது. ஆயுதங்களை எவ்வாறு பயன் படுத்துவது என்பது குறித்து வியத்னாமிய வீரர்களுக்குப் பயிற்சி அளிப்பதற்காக நிபுணர்களை அனுப்பியது, பல வீரர்களை சோவியத் நாட்டுக்கு அழைத்துச் சென்று தனது ராணுவப் பள்ளிகளில் பயிற்சியளித்தது. இவ்வாறு மிகக் குறுகிய காலத்தில் வியத்னாமிய ராணுவம் வலுவான ராணுவமாக மாற்றப்பட்டது.

அமெரிக்க வெறியர்கள் ஹனாய் மீதும், இதர துறைமுக நகரங்கள் மீதும் விமானம் மூலம் குண்டுகள் வீசி அழிக்க ஆரம்பித்தனர். தொழிற்கூடங்கள், நீர்த்தேக்கங்கள், மின்சார உற்பத்தி நிலையங் கள் அனைத்தின் மீதும் குண்டுகள் வீசித்தாக்கினர். ஹைபாங் துறைமுகத்தைச் சுற்றிலும் கண்ணிவெடிகள் விதைத்தனர். ஆனால், வியத்னாமிய மக்களை எதுவும் பணியவைக்க முடியவில்லை.

1966-ம் ஆண்டு ஜூலை மாதம் 17-ம் தேதி ஜெனீவா உடன்படிக்கைத் தினம் வடக்கு வியத்னாமில் கொண்டாடப் பட்டது. நாட்டு மக்கள் அனைவரும் ஹோ-சி-மின்னின் உரையைக் கேட்க ஆங்காங்கே வானொலி முன்பு குழுமி யிருந்தனர். அன்று மட்டும் 50-க்கும் மேற்பட்ட அமெரிக்க விமானங்கள், ஹனாயின் நகர்ப்புற பகுதிகள் மீது குண்டுகளை வீசிக் கொண்டிருந்தன. நகரம் முழுவதிலும் வெடிமருந்து வாடை காற்றில் பரவிக் கொண்டிருந்தது. காடுகளிலிருந்த கெரில்லாப் படையினர், பேட்டரி ரேடியோக்களின் மூலம் ஹோ-சி-மின் பேச்சைக் கேட்டனர். தென் வியத்னாமில் இருந்த போராளிகள், ரகசியமாக வானொலி மூலம் அவர் பேச்சைக் கேட்டனர் ஹோ-சி-மின் முழங்கினார்:

‘அமெரிக்காவுடனான இந்த யுத்தம் ஐந்தாண்டுகள், பத்தாண்டு கள், இருபதாண்டுகள், அதற்கும் மேலும்கூட நீடிக்கலாம். ஹனாய், ஹைபாங் நகரங்களும், இதர நகரங்களும், நிறுவனங் களும் அழிக்கப்படலாம். ஆனால், வியத்னாமிய மக்களைப் பணியவைக்க முடியாது, சுதந்தரத்தையும் விடுதலையையும் காட்டிலும் அரிய பொருள் வேறொன்றும் கிடையாது. ஒருமுறை வெற்றிபெற்றுவிட்டால், நமது மக்கள் தங்களுடைய நாட்டை

மீண்டும் கட்டிவிடுவார்கள். முன்பிருந்ததைவிட வளமிக்கதாக வும் அழகானதாகவும் மாற்றிவிடுவார்கள்.’

அமெரிக்க ஏகாதிபத்தியம் தென் வியத்னாமில் புரிந்த கொடுமைகளையும், அட்டூழியங்களையும் வார்த்தைகளால் விவரிக்க இயலாது. கிராமம் கிராமமாக கம்யூனிஸ்ட்களும், இதர போராளிகளும், சுதந்தர விரும்பிகளும் கைது செய்யப்பட்டு சித்ரவதைச் செய்யப்பட்டனர். மிகக் குரூரமாகக் கொல்லப் பட்டனர். விசாரணையின்றி கடுங்காவல் முகாம்களில் அடைக்கப்பட்டனர். கிராமங்களில் பெண்கள் கற்பழிக்கப் பட்டனர். ஈவிரக்கமின்றி பெண்களையும், குழந்தைகளையும் கூட சித்ரவதைச் செய்தும், சுட்டும் கொன்றனர். குடிசைகள், வயல்கள் அனைத்தின் மீதும் குண்டுகள் வீசப்பட்டன. மிகக் கொடிய நாபாம் குண்டுகளும் பாஸ்பரஸ் குண்டுகளும் ஏராளமாக வீசப்பட்டன. ஊசிக் குண்டுகளும் விஷவாயுக் குண்டு களும் ஏராளமாக வீசப்பட்டன.

மைலாய் என்ற கிராமத்தில் அமெரிக்க ராணுவம் புரிந்த நீசத்தனமான கொலை, உலகத்தையே அதிரவைத்தது. அந்தப் படுகொலையிலிருந்து தப்பிய ஒரு வாலிபன் கூறுகிறான் :

‘அமெரிக்க சிப்பாய்கள் திருமதி மாய் அவர்களைக் கொன்ற பிறகு, அவருடைய உறவினரான ஒரு வயோதிகரை இழுத்து அவரது தாடிக்கு தீ வைத்து எரித்தனர். அவர் இன்னும் உயிரோடு இருப்பதைக் கண்டு துப்பாக்கி ஈட்டி முனையால் குத்தினர். பின்பு எனது அத்தையைத் துப்பாக்கி முனையில் வெளியில் வரச்சொல்லி கற்பழிக்க முயன்றனர். அவள் தடுத்தபோது, அவளைச் சுட்டனர். பசியால் வாடிய அவளது குழந்தை தவழ்ந்து சென்று தாயின் மார்பகங்களைச் சுவைத்தபோது, இரு உயிரையும் தீயிட்டுப் பொசுக்கினர்.’

அமெரிக்கப் படைகளின் குரூரமான செயல்களைக் கேட்டறிந்த ஹோ-சி-மின் மிகவும் வேதனைப்பட்டார். பாதிப்பிற்குள்ளான பெண்களையும், குழந்தைகளையும் வட வியத்னாமுக்கு ரகசியமாக அழைத்து வரச்செய்து பாதுகாத்தார்.

அமெரிக்க ஏகாதிபத்தியத்தின் ஆக்கிரமிப்பை எதிர்த்து உலகம் முழுவதிலும் பெரும் ஆர்ப்பாட்டங்கள் நடைபெற்றன. வியத்னாம் நாடு, ஏகாதிபத்திய எதிர்ப்பு என்பதன் சின்னமாக

விளங்கியது. அமெரிக்காவிலேயேகூட மிகப்பெரிய ஆர்ப் பாட்டங்கள் நடைபெற்றன.

‘உனது பெயர்

எனது பெயர்

வியத்னாம்

வியத்னாம்’

என்ற முழக்கம் இந்தியா முழுவதிலும் எதிரொலித்தது.

அமெரிக்க மக்கள் மற்றும் உலக நிர்ப்பந்தத்தின் விளைவாக 1968-ம் ஆண்டில் வட வியத்னாம் மீது குண்டுகள் வீசுவதை அமெரிக்கா நிறுத்த வேண்டிய நிலைமை ஏற்பட்டது. வடக்கு வியத்னாம் பிரதிநிதிகளுடன் பாரீஸ் நகரில் பேச்சுவார்த்தை நடத்தும்படியும் நிர்ப்பந்திக்கப்பட்டது. அவ்வாண்டு டிசம்பர் மாதத்தில் இந்தப் பேச்சுவார்த்தையில் தென் வியத்னாமிய ‘தேச விடுதலை முன்னணியையும்’ சேர்த்துக்கொள்ளும்படி அமெரிக்கா நிர்ப்பந்திக்கப்பட்டது.

இந்தப் பேச்சுவார்த்தை தோல்வியடைந்தது. இதைத் தொடர்ந்து தென் வியத்னாமின் ‘தேச விடுதலை முன்னணி’ தன்னை தெற்கு வியத்னாமின் தாற்காலிகப் புரட்சி அரசாங்கமாகப் பிரகடனம் செய்தது.

22. மாபெரும் மனிதனின் மறைவு

தென் வியத்னாமிலும் வடவியத்னாமிலும், அமெரிக்க ஆக்கிரமிப்பாளர்களுக்கு அடி மேல் அடிகொடுத்து வியத்னாமிய மக்கள் வெற்றிமேல் வெற்றிகளைக் குவித்து வந்த நேரத்தில், அவர்களுக்கு வருத்தம் தோய்ந்த தகவல்கள் வந்துகொண்டிருந்தன.

தலைவர் ஹோ-சி-மின் மிகவும் நோய்வாய்ப் படத் தொடங்கினார். வியத்னாமின் தலை சிறந்த மருத்துவர்களும், மருத்துவப் பேராசிரியர்களும் இரவு, பகலாக அவருக்குச் சிறந்த சிகிச்சை அளித்தபோதிலும், ஐம்ப தாண்டு காலமாக அவர்பட்ட சிரமங்கள், கடினமான வாழ்க்கை, அக்காலத்தில் சத்துள்ள உணவு கிடைக்காதது ஆகிய அனைத்தும் சேர்ந்து, 1969-ம் ஆண்டில் அவரது உடலை மிகவும் பாதிக்கத் தொடங்கிவிட்டது.

தனது பலம் குன்றத் தொடங்கிவிட்டது என் பதை உணர்ந்த ஹோ-சி-மின், அக்டோபர் மாதம் 10-ம் தேதி எதிர்கால தலைமுறை யினருக்காகத் தனது 'உயிலை' எழுதினார். 'உயில்' என்றதும் நினைவுக்கு வருவது இறக்கப்போகும் மனிதன் தன்னுடைய

சொத்துக்களை, தனது குடும்பத்தினருக்கோ அல்லது விருப்பப் பட்டவர்களுக்கோ எழுதிவைப்பது என்று நினைவுக்கு வரும். ஆனால், தனக்கென்று குடும்பம் எதுவுமற்ற, நாட்டு மக்களையே தனது குடும்பமாகக் கொண்ட ஹோ-சி-மின், தனது மறைவுக்குப்பின், நாட்டின் எதிர்காலம், கட்சியின் பணி போன்றவை குறித்து தனது கருத்தைக் கூறவே இந்த உயிலை எழுதினார்.

படுத்த படுக்கையிலிருந்த போதிலும் அவர் பல வேலைகளைச் செய்துகொண்டிருந்தார். யுத்த நிலவரம் குறித்து தொடர்ந்து தகவல்களைக் கேட்டறிந்தார். ஆகஸ்ட் மாதத்தில் அவரது உடல்நிலை மிகவும் மோசமடைந்தது. வியத்னாம் சுதந்தர தினமான செப்டெம்பர் 2-ம் தேதி நெருங்கிக் கொண்டிருந்தது. வாணவேடிக்கைகளுக்கு ஏற்பாடு செய்யும்படியும், தானும் அந்த விழாவில் கலந்துகொள்வதாகவும் ஹோ-சி-மின் கட்சித் தலைவர்களிடமும் கூறினார். ஆனால், அந்த விழாவில் அவரால் கலந்துகொள்ள முடியவில்லை.

செப்டெம்பர் 3-ம் தேதி காலை 8 மணிக்கு அவரது உடல்நிலை குறித்து பின்வரும் அறிக்கை வெளியிடப்பட்டது.

'ஹோ-சி-மின் உடல்நிலை ஸ்திரமாக இல்லை. அவரது நோய் படுமோசத்துக்குச் சென்றுகொண்டிருக்கிறது. மருத்துவர்கள் முழு மூச்சுடன் பாடுபடுகிறார்கள். கட்சியும் அரசாங்கமும் அவரது சிகிச்சையைத்தான் தற்போதைய மிகமுக்கிய, உடனடிக் கடமையாகக் கருதுகின்றன.'

ஆனால், இந்த இரண்டு மணி நேரத்தில் நாட்டு மக்களுக்கும், உலக மக்களுக்கும் அந்தத் துயரம் தோய்ந்த செய்தி கிடைத்தது.

'கடுமையான மாரடைப்புக்குப்பின் காலை 9.46-க்கு ஹோ-சி-மின் தனது 79-ம் வயதில் காலமானார்.'

அதே தினத்தில் கட்சியின் மத்திய கமிட்டி, உணர்ச்சிமிக்க வேண்டுகோள் விடுத்தது:

'கட்சியும் ராணுவமும் மக்கள் தங்கள் துயரத்தை அடக்கிக் கொண்டு, அதைப்புரட்சிகரச் செயலாக மாற்ற வேண்டும், ஹோ-சி-மின்னுக்கு நமது அன்பையும், நன்றியையும் தெரி விக்கும் விதத்தில் வீரத்துடன் முன்னேறி, முடிக்க வேண்டிய கடமைகளைச் செய்து முடிப்போம்.

அவர் ஏகாதிபத்தியத்துக்கெதிராக விடாப்பிடியுடன் போராடினார். ‘தேசிய விடுதலைக்காகவும், தொழிலாளி வர்க்கம் மற்றும் மனிதகுலத்தை உய்விப்பதற்காகவும், சுதந்தரம், விடுதலை, சோசலிசம், கம்யூனிசம் ஆகியவற்றிற்காகவும் தனது வாழ்நாள் முழுவதையும் அர்ப்பணித்தார்.’

கட்சியினுடைய மத்திய கட்டியின் முதல் செயலாளர் லீதுவான் தலைமையில், ஹோ-சி-மினின் இறுதி நிகழ்ச்சிகளை ஏற்பாடு செய்ய குழு ஒன்று உருவாக்கப்பட்டது.

ஹோசி மின்னின் உடல் செப்டெம்பர் 6-ம் தேதி காலையில் பா தின் அரங்கத்தில் மக்கள் அஞ்சலி செலுத்துவதற்காக வைக்கப் பட்டது. லட்சோப லட்சக்கணக்கான மக்கள் கண்ணீர் மல்க மலரஞ்சலி செய்தனர். தென் வியத்னாம் பகுதியிலிருந்து வந்த போராளிகளின் பிரதிநிதிகள் தங்கள் மக்கள் அனைவரின் சார்பாகவும் அஞ்சலி செய்தனர்.

121 நாடுகளிலிருந்து 22 ஆயிரம் அனுதாபச் செய்திகள் ஹனாய்க்கு வந்தன. அரசாங்கத் தலைவர்கள், கம்யூனிஸ்ட் மற்றும் தொழிலாளர் கட்சிகளின் தலைவர்கள், சர்வதேச அமைப்புகள், ஜனநாயகவாதிகள், முற்போக்காளர் ஆகியோரிட மிருந்து இந்தச் செய்திகள் வந்திருந்தன. பல நாடுகளின் அரசாங்கங்கள் பள்ளிகளுக்கும் ஆலைகளுக்கும் தெருக்களுக்கும் சதுக்கங்களுக்கும் ஹோ-சி-மின் பெயரைச் சூட்டின. செப்டெம்பர் 6-ம் தேதியன்று பாலஸ்தீன மக்களின் ஜனநாயக முன்னணி என்ற அமைப்பு, இஸ்ரேலிய ஆக்கிரமிப்பாளர்களை எதிர்த்து ‘ஹோ-சி-மின் தாக்குதல்’ என்ற பெயரில் ஒரு தாக்குதலைத் தொடுத்தது. பல நாடுகளில் கம்யூனிஸ்ட் மற்றும் தொழிலாளர் கட்சிகள், தங்கள் கட்சிக் கிளைகளுக்கு ஹோ-சி-மின் கிளைகள்’ என்று பெயர் சூட்டின.

ஹோ-சி-மின் நினைவு நாள் நிகழ்ச்சி செப்டெம்பர் 9-ம் தேதியன்று ஒரு லட்சம் மக்கள் திரண்டிருந்த பா தின் சதுக்கத்தில் மிகுந்த மரியாதையுடன் நடந்தது. கட்சியின் முதல் செயலாளர் லீ துவான், மத்திய கமிட்டியின் ‘கடைசி அஞ்சலியை’ படித்தார். இறுதியாக ஹோ-சி-மின்னின் உயிலைப் படித்தார்.

23. உயில்

'அமெரிக்க ஆக்கிரமிப்புக்கு எதிராகவும், தேச மீட்சிக்காகவும் நமது மக்கள் நடத்தும் போராட்டமானது மேலும் பல இன்னல் களைச் சந்தித்து. தியாகங்களைப் புரிய வேண்டி வரும் என்ற போதிலும் நாம் முழு வெற்றி அடைந்தே தீருவோம்.

இது நிச்சயம் நடந்தேறும்.

அந்த நாள் வரும்பொழுது தெற்குப் பகுதிக் கும், வடக்குப் பகுதிக்கும் விஜயம் செய்து நமது வீரஞ்செறிந்த சக-நாட்டு மக்களை யும், ஊழியர்களையும், போராளிகளையும் வாழ்த்த விரும்புகிறேன். முதியோரையும், நமது பிரியத்துக்குரிய இளைஞர்களையும், குழந்தைகளையும் சந்திக்க விழை கின்றேன்.

அதன்பிறகு, நமது மக்களின் சார்பாக சோசலிச முகாமைச் சேர்ந்த சகோதர நாடு களுக்கும், உலகம் முழுவதிலுமுள்ள நட் புறவு நாடுகளுக்கும் சென்று அமெரிக்காவின் ஆக்கிரமிப்புக்கு எதிராக தமது மக்கள் நடத்திய தேசபக்த போராட்டத்துக்கு அவர் கள் நல்கிய மனப்பூர்வமான ஆதரவுக்கும், உதவிக்கும் நன்றி தெரிவிப்பேன்.

சீனாவின் டாங் காலகட்டத்தின் பொழுது பிரபல கவிஞரான டூபூ 'அனைத்துக் காலங்களிலும் எழுபது வயதை எய்தியவர் வெகு சிலரே' என்று பாடியுள்ளார்.

இவ்வாண்டில், 79 ஆம் வயதில் உள்ள நான், அந்த வெகு சிலரில் ஒருவன் என்றே கருதுகின்றேன். கடந்த சில ஆண்டுகளோடு ஒப்பிடும் பொழுது எனது உடல் நிலையில் சரிவு ஏற்பட்ட பொழுதும் என் சிந்தனையானது முற்றிலும் தெளிவாகவே உள்ளது. எழுபதுக்கும் அதிகமான வசந்த காலங்களைக் கண்ட வருக்கு வயது அதிகரிக்க, உடல்நிலை சீர்கேடு அடைகிறது. இது ஒன்றும் வியப்புக்குரியதல்ல.

புரட்சிக்கும், தாயகத்துக்கும், மக்களுக்கும் இனியும் எவ்வளவு காலத்துக்கு நான் சேவை செய்ய இயலும் என்பதை யார் கூறமுடியும்?

ஆகவே, காரல்மார்க்சுடனும், லெனினுடனும் மற்றுமிதர மூத்த புரட்சியாளர்களுடனும் நான் சேரப்போகும் நாளை எதிர்பார்த்து சில வார்த்தைகளைக் கூற விரும்புகின்றேன். இதன்மூலம் உலகம் முழுவதிலுமுள்ள நமது மக்களும், கட்சியில் உள்ள நமது தோழர்களும், உலகம் முழுவதிலுமுள்ள நமது நண்பர்களும் வியப்படைய மாட்டார்கள்.

முதலாவதாக கட்சியைக் குறித்து :

நமது கட்சியானது, தன்னுடைய நெருக்கமான ஒற்றுமை, தொழிலாளி வர்க்கம் மக்கள் மற்றும் தாயகத்துக்குத் தன்னை முற்றிலும் அர்ப்பணித்துக் கொண்டதன் காரணமாக, தான் உருவாகிய நாள் தொட்டு ஒரு உறுதியான போராட்டத்தில் நமது மக்கள் வெற்றி மேல் வெற்றி பெற அவர்களை ஒன்றுபடுத்தி அணி திரட்டியுள்ளது.

ஒற்றுமை என்பது நமது கட்சி மற்றும் மக்களின் மிக அற்புதமான பாரம்பரியமாகும். மத்திய கமிட்டி முதல் கீழ் அளவுக் கிளை வரை அனைத்துத் தோழர்களும் இந்த ஒற்றுமையையும், கட்சியின் ஒருமித்த சிந்தனைப் போக்கையும் தங்கள் கண்ணின் கருமணியைப் போல காக்க வேண்டும்.

கட்சிக்குள் பரந்த அளவிலான ஜனநாயகத்தை ஏற்படுத்தி சுய விமர்சனம், மற்றும் விமர்சனம் என்பதை தொடர்ந்தும் கண்டிப்புடனும் கடைப்பிடிப்பதானது ஒருமைப்பாட்டையும்,

ஒற்றுமையையும் உறுதிப்படுத்துவதற்கான சிறந்தவழியாகும். தோழமைபூர்வ நேசம் கட்சிக்குள் நிலவ வேண்டும்.

நம்முடைய கட்சி அதிகாரத்தில் உள்ள கட்சியாகும். ஒவ்வொரு கட்சி உறுப்பினரும் ஒவ்வோர் ஊழியரும் ஆழமான புரட்சிகர ஒழுக்கத்தைக் கொண்டிருக்க வேண்டும். கடும் உழைப்பு, சிக்கனம், நேர்மை, ஒழுக்கம், பொதுநலனுக்காக முற்றிலும் அர்ப்பணித்துக் கொள்வது, முற்றிலும் சுயநலமற்றிருப்பது ஆகிய குணங்களை வெளிப்படுத்த வேண்டும். நமது கட்சி யானது முழுமையான தூய்மையைப் பாதுகாக்க வேண்டும் என்பதுடன் மக்களுடைய தலைவன், அவர்களுடைய மிகவும் உண்மையான ஊழியன் என்ற தன்னுடைய பங்கை ஆற்ற தான் தகுதியானவன் என்பதையும் நிரூபிக்க வேண்டும்.

உழைக்கும் வாலிபர் சங்க உறுப்பினர்களும், நமது இளைஞர் களும், பொதுவாக நல்லவர்கள். துயரங்களைக் கண்டு துவண்டு விடாமல், முன்னேற்றத்தில் ஆர்வம் கொண்டு முன்னுக்குவந்து செயலாற்ற அவர்கள் எப்பொழுதும் தயாராக இருக்கின்றார்கள். கட்சியானது, அவர்களுடைய புரட்சிகரக் குணங்களை வலுப் படுத்தி சோசலிசத்தைக் கட்டுவதில் 'கம்யூனிஸ்ட்களாகவும்' 'அனுபவம் வாய்ந்தவர்களாகவும்' ஆக்கிய நமது வழித் தோன்றல்களாக அவர்களைப் பயிற்றுவிக்க வேண்டும்.

எதிர்கால, புரட்சிகரத் தலைமுறைகளுக்குப் பயிற்சியளித்து போதனையூட்டுவது என்பது, மிகுந்த முக்கியத்துவம் வாய்ந்தது என்பதோடு, அவசியம் தேவைப்படுவதும் ஆகும்.

தரைப்பகுதியிலும், மலைப்பகுதியிலும் உள்ள நமது மக்கள் தலைமுறை, தலைமுறையாகத் துயரங்களை அனுபவித்து வந்தனர்; பிரபுத்துவ, காலனி ஆதிக்க அடக்குமுறை மற்றும் சுரண்டல் காரணமாக, துயரங்களை அனுபவித்துள்ளனர். அது தவிர, பல வருட யுத்தத்தின் காரணமாக வேதனைப்பட்டும் இருக்கிறார்கள். இருந்தபோதிலும் நமது மக்கள் மகத்தான வீரதீரத்தையும், துணிவையும் உற்சாகத்தையும் கடும் உழைப்பையும் வெளிப்படுத்தியுள்ளனர். கட்சி தோன்றிய நாள் முதல் தங்கு, தடையற்ற விசுவாசத்தைச் செலுத்தி, அவர்கள் அதைத் தொடர்ந்து பின்பற்றி வருகிறார்கள்.

நமது மக்களுடைய வாழ்க்கையைத் தொடர்ந்து மேம்படுத்தும் பொருட்டு, கட்சியானது பொருளாதார மற்றும் கலாசார

வளர்ச்சிக்காக, சக்தி வாய்ந்த திட்டங்களைத் தீட்ட வேண்டும்.

அமெரிக்க ஆக்கிரமிப்புக்கு எதிரான யுத்தப் போராட்டமானது நீடித்துக்கொண்டே போகலாம். நமது மக்கள் உயிரையும் உடைமைகளையும் இழந்து புதிய தியாகங்களைப் புரிய நேரிடலாம். எது நடந்தாலும் சரி இறுதி வெற்றி கிடைக்கும் வரை அமெரிக்க ஆக்கிரமிப்பாளர்களை எதிர்த்துப் போராடுவ தென்ற நமது முடிவில் நாம் உறுதியாக இருக்க வேண்டும்.

நமது மலைகள் எப்பொழுதும் இருக்கும்.

நமது ஆறுகள் எப்பொழுதும் இருக்கும்.

நமது மக்கள் என்றென்றும் இருப்பார்கள்.

அமெரிக்க நாட்டை மேலும் பத்து மடங்கு வனப்புள்ளதாக நாம் மீண்டும் கட்டுவோம்.

என்ன சிரமங்களும் துயரங்களும் நேரிட்டபோதிலும் சரி, முழு வெற்றி அடைந்தே தீருவோம் என்று நமது மக்கள் நம்பிக்கைக் கொண்டுள்ளனர். அமெரிக்க ஏகாதிபத்தியவாதிகள் வெளியேறிப் போவது நிச்சயம். நமது தாயகம் மீண்டும் ஒன்றுபட்டே தீரும். தெற்கிலும், வடக்கிலும் உள்ள நமது சகபிரஜைகள் ஒரே குடையின்கீழ் மீண்டும் ஒன்றுபடுவது நிச்சயம். சிறிய தேசமாகிய நாம், வீரஞ்செறிந்த போராட்டத்தின் மூலம் பிரெஞ்சு மற்றும் அமெரிக்கா ஆகிய இரு பெரும் ஏகாதிபத்தியங்களைத் தோற்கடித்து தனிப்பெருமையை பெறப்போகிறவர்களாவோம். உலகின் தேசிய விடுதலை இயக்கத்துக்குத் தகுதியான பங்கை அளித்தவர்களாவோம்.

உலக கம்யூனிஸ்ட் இயக்கம் குறித்து:

புரட்சிக்குத் தன் வாழ்க்கை முழுவதையும் அர்ப்பணித்த ஒரு மனிதன் என்ற முறையில் சர்வதேச கம்யூனிஸ்ட் மற்றும் தொழிலாளிகள் இயக்கத்தின் வளர்ச்சி கண்டு நான் மிகவும் பெருமைப்படுவது போலவே சகோதர கட்சிகளிடையே இன்று நிலவும் வேறுபாடுகளைக் கண்டு மிகுந்த வேதனையடைகிறேன்.

மார்க்சியம், லெனினியம் மற்றும் பாட்டாளி வர்க்க சர்வ தேசியம் என்ற அடிப்படையில் உணர்வுகளைக் கணக்கி லெடுத்து அறிவுபூர்வமான வகையில், சகோதர கட்சிகளிடையே

ஒற்றுமையை மீண்டும் ஏற்படுத்துவதற்காக, நமது கட்சியானது தன்னால் இயன்றதனைத்தையும் சக்தி வாய்ந்த முறையில் செய்யும் என்று நான் நம்புகிறேன்.

சகோதரக் கட்சிகளும் நாடுகளும் மீண்டும் ஒன்றுபட்டே தீரும் என்றுதான் உறுதியாக நம்புகிறேன்.

என்னைக் குறித்த விஷயங்கள்: என் வாழ்க்கை முழுவதும் இதயபூர்வமாகவும், முழு பலத்துடனும் நமது தாயகத்துக் காகவும் புரட்சிக்காகவும் மக்களுக்காகவும் பாடுபட்டு வந்துள்ளேன். இந்த உலகிலிருந்து நான் போகும்பொழுது இன்னும் அதிக நாள்கள் மேலும் சேவை செய்ய முடிய வில்லையே என்ற ஒரு ஏக்கத்தைத் தவிர, வேறு எதற்காகவும் நான் வருந்த வேண்டியதில்லை.

நான் இறந்த பின்னால் மக்களுடைய நேரத்தையும் பணத்தையும் வீணாக்காது இருக்கும் பொருட்டு, எனது இறுதிச்சடங்கைப் பெருமளவில் நடத்துவது தவிர்க்கப்பட வேண்டும்.

இறுதியாக மக்கள் அனைவருக்கும், கட்சி முழுவதற்கும், ராணுவம் முழுவதற்கும் என்னுடைய மருமகன்களுக்கும், மருமகள்களுக்கும், ஹோ-சி-மின், இங்கே மருமகன்கள், மருமகள்கள் என்று குறிப்பிடுவது அவருடைய உறவினர்களை அல்ல. வியத்னாம் விடுதலைப் போராட்டத்தில் அவரோடு சேர்ந்து போராடிய இளைஞர்களையும் யுவதிகளையுமே ஆகும். இளைஞர்களுக்கும், குழந்தைகளுக்கும் என்னுடைய எல்லை யற்ற அன்பை விட்டுச் செல்கின்றேன்.

உலகம் முழுவதிலுமுள்ள நம்முடைய தோழர்களுக்கும் நண்பர்களுக்கும் வாலிபர்களுக்கும் குழந்தைகளுக்கும் என்னு டைய நேசபூர்வ வாழ்த்துக்களை நான் தெரிவித்துக் கொள் கிறேன். நமது கட்சி முழுவதும், மக்கள் தங்களுடைய முயற்சிகளில் நெருக்கமாக இணைந்து ஒரு சமாதானப்பூர்வ மான, மீண்டும் ஒன்றுசேர்க்கப்பட்ட, சுதந்தரமான, ஜனநாயக மற்றும் வளமைமிக்க வியத்னாமை உருவாக்கி உலகப் புரட்சிக்கு ஒரு மதிப்பிற்குரிய பங்கை அளிக்க வேண்டுமென்பதே எனது இறுதி விருப்பமாகும்.

ஹோ-சி-மின்
மே 10, 1969
ஹனாய்

24. அமெரிக்கா பணிந்தது

ஹோ-சி-மின்னின் உடலை மக்களின் நிரந்தரப் பார்வைக்கு வைப்பதென்று வியத்னாம் தொழிலாளர் கட்சியின் அரசியல் தலைமைக் குழு (பொலிட் பீரோ) முடிவு செய்தது. அதன்படி அவரது உடல் பதனப் படுத்தப்பட்டு, 1945-ம் ஆண்டு செப்டெம்பர் மாதத்தில் அவர் சுதந்தரப் பிரகடனம் செய்த அதே பாதின் சதுக்கத்தில் கட்டப்பட்ட நினைவகத்தில் வைக்கப்பட்டது.

அவருடைய இறுதி நிகழ்ச்சியில் 47 நாடு களின் பிரதிநிதிகள் கலந்துகொண்டு அவருக்கு அஞ்சலி செய்தனர்.

ஹோ-சி-மின் மறைவுக்குப் பிறகு செப்டெம் பர் 23-ம் தேதியன்று கூடிய தேசிய சபை தன் ஐந்தாம் அமர்வு கூட்டத்தை நடத்தியது. அதில், டான் டக் தாங் வியத்னாம் ஜனநாயகக் குடியரசின் தலைவராகவும், நிகுயென் லுவாங் பாங் துணைத் தலைவராகவும் ஒருமனதாகத் தேர்ந்தெடுக்கப்பட்டனர்.

வீரமிக்க வியத்னாம் மக்கள், தங்கள் அன்புத் தலைவரின் மறைவினால் ஏற்பட்ட துயரத்தை வீரமாக மாற்றி ஆக்கிரமிப்பாளன் அமெரிக்காவை வீழ்த்தும் பணியில்

இறங்கினர். அமெரிக்க ஜனாதிபதி நிக்சனின் மக்களைக் கைப்பற்றும் போர், சூழ்ந்து நெருக்கும் போர், நிர்மூலமாக்கும் போர் என்ற மூன்றுவித தாக்குதல்களை முறியடிக்கும் பணியில் வியத்னாம் மக்கள் இறங்கினர். நிக்சன் மற்றொரு மோசமான செயலிலும் இறங்கினார். வியத்னாமியரைக் கொண்ட பொம்மைச் சேனையை வைத்து வியத்னாம் விடுதலைப் போராட்டத்துக்கு எதிராகப் பயன்படுத்துவது என்ற யுத்தத்தை வியத்னாம் மயமாக்கும் போக்கை அவர் கடைப்பிடிக்கத் தொடங்கினார்.

அத்துடன் நிக்சன் வியத்னாம் மீது குண்டு மழை பொழிந்து, அதை அழிக்க நினைத்தார். 1972, டிசம்பர் 18 முதல் 29-ம் தேதி வரைப்பட்ட 12 நாள்களில் மட்டும் அமெரிக்க ஏகாதிபத்தியம் 1 லட்சம் டன் குண்டுகளை வியத்னாம் மீது வீசியது. ஹனாய் மீது மட்டும் 40 ஆயிரம் டன்கள் குண்டு வீசப்பட்டன. மொத்தத்தில் 1945-ம் ஆண்டு ஹிரோஷிமா மீது வீசப்பட்ட அணுகுண்டைப் போல் இது 5 மடங்காகும்.

அந்த 12 பகல்களிலும் இரவுகளிலும் பி.52 விமானங்கள் 34, எப்.111 விமானங்கள் 5, உள்ளிட்டு 81 அமெரிக்க விமானங்கள் சுட்டு வீழ்த்தப்பட்டன. ஹனாய் நகரில் மட்டும் 30 விமானங்கள் வீழ்த்தப்பட்டன.

இதே ஆண்டு ஏப்ரல் முதல் டிசம்பர் வரை நடைபெற்ற அமெரிக்க நாசகரப் போரில் வட வியத்னாமின் ஆயுதப் படைகளும், மக்களும் 700 அமெரிக்க விமானங்களை வீழ்த்தினர்.

அவ்வாண்டில் அமெரிக்கப் படைகளுக்குக் கிடைத்த பெரும் தோல்விகள், உயிரிழப்பு, கம்போடியா, லாவோஸ் போர்க் களங்களில் அமெரிக்காவுக்கு ஏற்பட்ட பின்னடைவுகள் ஆகிய அனைத்தும் சேர்ந்து இறுதியில் அமெரிக்க ஏகாதிபத்தியத்தை ஒப்பந்தத்துக்கு இணங்கச் செய்தன. இதைத் தொடர்ந்து 1973-ம் ஆண்டு ஜனவரி 27-ம் தேதியன்று அமெரிக்க அரசாங்கம், வியத்னாமில் போரை நிறுத்தவும், சமாதானத்தை மீட்கவுமான ஒப்பந்தத்தில் கையெழுத்திட்டது.

அதே ஆண்டு மார்ச் மாதம் 29-ம் தேதியன்று சைகோனிலிருந்த அமெரிக்கப் படைத் தலைமை கொடி இறக்கும் நிகழ்ச்சி நடத்தியது. அமெரிக்க ஆக்கிரமிப்புப் படையின் கடைசிப்

பிரிவானது, வியத்னாம் ஜனநாயகக் குடியரசு மற்றும் தென் வியத்னாம் குடியரசு ஆகியவற்றின் அதிகாரிகள் முன்னிலையில் தென் வியத்னாமை விட்டு வெளியேறியது. அதே தினம் அமெரிக்க ராணுவத்தின் 25 லட்சம் ராணுவ வீரர்களில் கடைசி வீரனான கர்னல் ஆடல் என்பவன் தலைகுனிந்தபடி டான்சன் நிகட் விமான நிலையத்திலிருந்து புறப்பட்டான்.

இவ்வாறு, 1858-ம் ஆண்டில் பிரெஞ்சுக்காரர்கள் வியத்னாம் நாட்டைக் கைப்பற்றியதிலிருந்து பிரெஞ்ச், ஜப்பான், இங்கிலாந்து மற்றும் அமெரிக்காவின் ஆக்கிரமிப்புக்கு ஆளான வியத்னாம் நாடு, 115 ஆண்டு ஆக்கிரமிப்புக்குப் பின் முழுமையாக விடுதலை அடைந்தது.

ஏகாதிபத்திய ஆக்கிரமிப்பாளர்களை விரட்டியடித்து வியத்னாம் முழுவதையும் சுதந்தர நாடாகக் காணவேண்டுமென்ற ஹோ-சி-மின்னின் பெரு விருப்பத்தை வீரஞ்செறிந்த வியத்னாமிய மக்கள் நிறைவேற்றினர்.

ஏப்ரல் 30-ம் தேதியன்று தங்க நட்சத்திரம் பொறிக்கப்பட்ட செங்கொடி சைகோன் நகரில் வானளாவப் பறந்தது. அவ்வாண்டு ஆகஸ்ட் மாதம் 29-ம் தேதியன்று ஹோ-சி-மின் உடல் வைக்கப்பட்ட நினைவகம் திறக்கப்பட்டது.

ஒன்றுபட்ட வியத்னாமின் முதல் பொதுத் தேர்தல் நடைபெற்ற பிறகு, 1976-ம் ஆண்டு ஜூலை மாதம் 2-ம் தேதியன்று ஐக்கிய வியத்னாமின் தேசிய சபை தனது முதல் கூட்டத்தை நடத்தியது.

'வியத்னாமிய சோசலிசக் குடியரசை' பிரகடனம் செய்தது. எந்த மகத்தான லட்சியத்துக்காக ஹோ-சி-மின் தனது வாழ்வு முழுவதையும் அர்ப்பணித்தாரோ, எந்த சோசலிச வியத்னாமை உருவாக்க வேண்டுமென்று பாடுபட்டாரோ அந்த சோசலிச வியத்னாம் உருவானது. அவரது லட்சியம் நிறைவேற்றப் பட்டது. அந்த மகத்தான மக்கள் தலைவர் நினைவாக சைகோன் நகரம் 'ஹோ-சி-மின் நகரம்' எனப் பெயர் மாற்றம் செய்யப் பட்டது.

25. ஹோ-சி-மின் நூற்றாண்டு விழா

உலகின் தலைசிறந்த புரட்சியாளர்களுள் ஒருவரான ஹோ-சி-மின்னின் நூற்றாண்டு விழா, 1990-ம் ஆண்டில் உலகம் முழுவதிலும் சிறப்பாகக் கொண்டாடப்பட்டது. ஐக்கிய நாடுகள் சபையின் கலாசாரப் பிரிவான யுனெஸ்கோ (UNESCO) இந்த விழாவைச் சிறப்பாகக் கொண்டாட வேண்டுமென்று தன்னுடைய உறுப்பினர் நாடுகளைக் கேட்டுக் கொண்டது. அதன் தீர்மானம் பின்வருமாறு கூறியது:

'1990-ம் ஆண்டானது வியத்னாமிய தேசிய விடுதலை வீரனும் தலைசிறந்த கலாசார வாதியுமாகிய ஜனாதிபதி ஹோ-சி-மின் பிறந்த நூற்றாண்டு வருஷமாகும்.

'தேசிய உறுதிப்பாடு என்பதன் தலைசிறந்த சின்னமாக விளங்கிய ஹோ-சி-மின், வியத்னாமிய மக்களின் தேசிய விடுதலைக்காகத் தன் வாழ்வு முழுவதையும் அர்ப்பணித்தார். சமாதானத்துக்காகவும், தேசிய சுதந்தரத்துக்காகவும் ஜனநாயகத்துக்காகவும் மற்றும் சமூக முன்னேற்றத்துக்காகவுமான மக்களின் பொதுவான போராட்டத்துக்குச் சிறப்பான பங்காற்றியுள்ளார்.

‘கலாசாரம், கல்வி மற்றும் கலைகள் ஆகிய துறைகளில் ஜனாதிபதி ஹோ-சி-மின் ஆற்றியுள்ள முக்கியமான மற்றும் பன்முகப்பட்ட பங்கானது, வியத்னாமிய மக்களின் பல்லாயிரக் கணக்கான வருட கலாசார பாரம்பரியத்துக்கு ஒரு திட்ட வட்டமான வடிவத்தைக் கொடுத்தது. அவருடைய லட்சிய மானது, தங்களுடைய கலாசாரத் தன்மையை உறுதிசெய்து, பரஸ்பர உணர்வை மேம்படுத்திக் கொள்வதென்ற மக்களின் விருப்பங்களுக்கு வடிவம் கொடுப்பதாகும்.

‘எனவே, அவருடைய நினைவுக்கு மரியாதை செலுத்தும் வகையிலும் அவருடைய லட்சியங்கள் மற்றும் தேசிய விடுதலைக்கான அவருடைய பணி ஆகியவைகளின் மகத்து வத்தைப் பரப்பும் பொருட்டும் பல சிறப்பு நிகழ்ச்சிகளை நடத்தி, ஜனாதிபதி ஹோ-சி-மின்னின் நூற்றாண்டு விழாவை நடத்தும் படி உறுப்பினர் நாடுகளுக்குச் சிபாரிசு செய்கிறது.

‘ஜனாதிபதி ஹோ-சி-மின்னின் நூற்றாண்டு விழாவைச் சிறப்பாகக் கொண்டாடும் பொருட்டு பொருத்தமான தக்க நடவடிக்கைகளை எடுக்கும்படியும், அதிலும் குறிப்பாக வியத்னாம் நாட்டில் நடைபெறவிருக்கும் கொண்டாட்ட நடவடிக்கைகளுக்குத் தன்னுடைய ஆதரவை நல்கும்படியும் யுனெஸ்கோவின் பிரதம இயக்குனரை (டைரக்டர் ஜெனரல்) யுனெஸ்கோ கேட்டுக்கொள்கிறது.’

இந்தியாவில் ஹோ-சி-மின் நூற்றாண்டு விழா சிறப்பாக நடந்தேறியது. 1990-ம் ஆண்டு மே மாதம் 17-ம் தேதியன்று புதுடெல்லியில் அந்த விழாவை பிரதமர் வி.பி.சிங் தொடங்கி வைத்து ஹோ-சி-மின் நினைவு தபால் தலையை வெளியிட்டார். ஹோ-சி-மின்னுடைய பெயரானது, வியத்னாம் மக்களுக்கு மட்டுமல்ல இந்தியாவிலும், சொல்லப்போனால் உலகம் முழுவதிலும் உள்ள அவருடைய அனைத்து நண்பர்களுக்கும் ஆதர்ச ஊற்றாக இருக்குமென்று வி.பி.சிங் புகழஞ்சலி செய்தார்.

அதே ஆண்டில் வியத்னாம் நாட்டில் நடைபெற்ற ஹோ-சி-மின் நூற்றாண்டு விழாவில், இந்திய அரசாங்கத்தின் சார்பாகவும் இந்திய மக்களின் சார்பாகவும் மேற்குவங்க முதல்வர் ஜோதிபாசு கலந்துகொண்டு சிறப்புரையாற்றினார். ஹோ-சி-மின்னின் நெருங்கிய தோழரும், வியத்னாமிய புரட்சிப் படையின் தலைசிறந்த தளபதியுமான ஜெனரல் நிகுயன் வான் கியாப்

அவர்களை இந்தியாவுக்கு வருகை தரவேண்டுமென்று ஜோதிபாசு அச்சமயத்தில் அழைப்பு விடுத்தார்.

1991-ம் ஆண்டு ஜனவரி மாதத்தில் ஹோ-சி-மின் நினைவைப் போற்றும் வகையில் கல்கத்தா நகரம் மாபெரும் விழா எடுத்து சிறப்பித்தது. இதில் ஜெனரல் கியாப் சிறப்பு விருந்தினராகக் கலந்துகொண்டு கல்கத்தா மக்களை பரவசத்தில் ஆழ்த்தினார். ஆக்கிரமிப்பாளர்களை எதிர்த்து வியத்னாமிய மக்கள் ஹோ-சி-மின் தலைமையிலும், ஜெனரல் கியாப் தலைமை யிலும் வீரஞ்செறிந்த தாக்குதல்களை நடத்தி கடுமையான ஜீவ மரணப் போராட்டத்தை நடத்தி வந்தபொழுது அவர்களுக்கு மாபெரும் ஆர்ப்பாட்டங்கள் மூலம் சகோதர ஒருமைப்பாட்டை வெளிப்படுத்திய நகரம் கல்கத்தா! 'உனது பெயர், எனது பெயர், வியத்னாம், வியத்னாம்' என்ற முழக்கத்தை உலகிற்கு வழங்கிய நகரம் கல்கத்தா!

கல்கத்தா நகரப் பூங்கா ஒன்றில் வியத்னாமிய அரசாங்கம் அன்பளிப்பாக வழங்கிய ஹோ-சி-மின் சிலையை அன்றைய இந்தியப் பிரதமர் சந்திரசேகர் திறந்து வைத்தார். மேற்கு வங்க முதல்வர் ஜோதிபாசு தலைமை தாங்கிய இந்த விழாவில், ஜெனரல் கியாப் சிறப்பு விருந்தினராகக் கலந்துகொண்டார்.

ஹோ-சி-மின் நூற்றாண்டு விழா இந்தியா முழுவதிலும் சீரும் சிறப்புமாகக் கொண்டாடப்பட்டது. பேரணிகள், கருத்தரங்குகள் நடத்தப்பட்டன. லட்சக்கணக்கான மக்கள் இவைகளில் பங்கேற்று மனிதகுல வரலாற்றின் தலைசிறந்த மனிதர்களுள் ஒருவரான ஹோ-சி-மின்னுக்கு இந்திய மக்களின் சார்பாக தங்கள் புகழஞ்சலியைச் செலுத்தினர்.

ஹோ-சி-மின்னின் நினைவு வியத்னாம் மக்களின் உள்ளங்களில் மட்டுமல்ல, உலகம் முழுவதிலுமுள்ள தேசபக்தர்களின், புரட்சிகரப் போராளிகளின், முற்போக்காளரின், ஜனநாயகத்தில் நாட்டம் கொண்டோரின் நெஞ்சங்களில் நீங்காது சுடர்விட்டுப் பிரகாசிக்கும்.

Made in the USA
Monee, IL
04 May 2020